Ástin fiskanna

Eftir sama höfund:

1969 Sífellur (ljóð)
1971 Þar og þá (ljóð)
1979 Verksummerki (ljóð)
1981 Sögur til næsta bæjar (smásögur)
1982 Líkamlegt samband í norðurbænum (sjónvarpsleikrit)
1983 Skáldsögur (smásögur)
1985 Bleikar slaufur (sjónvarpsleikrit)
1986 Tímaþjófurinn (skáldsaga)
1987 Kartöfluprinsessan (ljóð)
1988 Ein á forsetavakt (dagar í lífi Vigdísar forseta)
1990 Síðasta orðið (skáldsaga)
1991 Kúaskítur og norðurljós (ljóð)
1992 (þýðing) Svarti prinsinn, skáldsaga eftir Iris Murdoch

Steinunn Sigurðardóttir

Ástin fiskanna

IÐUNN

Ástin fiskanna

Printed in Iceland
Prentbær hf.
Iðunn • Reykjavík • 1993

ISBN 9979-1-0227-6

Bókin er tileinkuð
Guðrúnu Sigurðardóttur

„Ástin fiskanna er köld eins og sjálfir þeir."

Jónas Hallgrímsson, eftir Cuvier.

ÉG GEKK FRAM Á Hans Örlygsson á Laugaveginum í gær. Hann hefur lagt af og mér finnst það klæða hann betur. Ég heilsaði manninum, en þóttist vera á hraðferð. Það eru orðnir átta mánuðir síðan ég sá hann í mýflugumynd, líka á Laugaveginum, og næstum hálft ár frá því hann hringdi síðast, kvöldið fyrir gamlársdag.

Ég ætlaði ekki að minna mig á þetta, heldur lesa prófarkir í næði, því vinnufélagarnir eru farnir í langan hádegismat á föstudegi. Þetta eru gömul indversk ástarljóð sem ég hef verið að dedúa við að þýða í nokkur ár.

Ég er sest í vinnustellingar, með penna í hendi, þegar ég sé hvað Hawairósirnar í gluggakistunni eru hnípnar, svo ég fer á stjá til þess að vökva og tíni svo af þeim ónýta knúppa og samanskroppin blóm. Af kattaleikvellinum, sem er langur bakgarður með brotnum snúrustaurum, berst hvínandi breim úr nýrri njólabreiðu. Ég hangsa við gluggann og sé loðna rófu hlykkjast upp úr barnavagni sem stendur belgsíður við molnaðar tröppur innst í garðinum. Þær liggja að engum dyrum á viðbyggingu við mjótt bárujárnshús sem hefur lengi staðið til að rífa. Mér þætti sjónarsviptir að þessu litla ljóta húsi og ég vildi óska að það fengi að standa jafnlengi og ég við gluggann til að horfa á það.

Ég nenni ómögulega að taka prófarkirnar til handargagns, sæki heldur þurrt sjerrí í ísskápinn og nota næðið í vinnunni til þess að krota á vélritunarblöð, ýmsar útgáfur af svissneskum bjálkakofum með hjörtum á gluggahlerum, og rifja upp söguna af Hans Örlygssyni sem var svo skrýtinn á svipinn á Laugaveginum í gær. Þeirri sögu er lokið, en hún hófst fyrir þremur árum, á þessum árstíma, upp á dag satt að segja, eitthvað á þessa leið:

ÉG VAR EIN Á daginn, því vinir mínir unnu úti. Það voru litlir gluggar á íbúðinni, sem var eiginlega uppi í risi á hálfgerðum kastala. Ég kallaði húsið mitt í huganum útibú frá aðalkastala. Hann trónir á hæðinni, myrkur og risavaxinn, og ég horfði á hann tímunum saman úr eldhúsglugganum mínum. Hann var eins og áframhald af klettinum sem hann stóð á, þó höggvinn út á annan hátt en þessi undirstaða, og úr aðeins ljósari steintegund. Í vætu glansaði kolsvartur kletturinn og leit út fyrir að vera úr hrafntinnu.

Ég hafði verið á leiðinni að skoða kastalann innanverðan frá því ég kom. Einn daginn var ég komin upp þrjátíu og tvær tröppur, þegar ég sneri við, því mér fannst vera of mikið sólskin til þess að fara inn í kastala. Um leið hugsaði ég að þetta væri ekki beint rökrétt af því ég ætti sjálf heima í litlum kastala um þessar mundir.

Fyrir hádegi gluggaði ég stundum í indversk ástarljóð og var byrjuð að þýða þau mér til skemmtunar. Ég gekk um borgina eftir hádegi og fór á söfn ef það var sólarlaust. Eina vikuna fór ég dag eftir dag að rannsaka myndina af þremur aldursskeiðum mannsins eftir Tizian. Rauða litinn í kjól ungu stúlkunnar sem situr á tali við elskhuga sinn undir trénu hafði ég aldrei séð áður. Ég reyndi stundum að hugsa um þennan lit áður en ég fór að sofa af því ég vildi að mig dreymdi hann. En ég mundi aldrei til þess að morgni að hann hefði framkallast í myrkrakompu svefnsins.

Það einkennilega var að ég hafði heimþrá. Ég var hagvön í útlöndum og hér bar nýrra við. Það var útsýni yfir járnbrautarteina úr svefnherberginu mínu, og ég horfði á lestirnar fara hjá, alla leið út í buskann, áður en ég skreið upp í á kvöldin, og sannleikurinn er sá að mig langaði burt með þessum lestum og flýta för minni heim, en mér datt ekki í hug að láta verða af því og vinir mínir hefðu orðið hissa.

Það hafði vorað seint heima og almennt óþol í mönnum eftir betri tíð, en sumarið kom óvenju snögglega þegar það loksins kom, og síðan þá hafði verið stanslaus blíða. Þetta var alls ekki sumar upp á íslenskan máta; árstíð sem er vön að koma með skrykkjum og langdregnum afturkippum. Ég var farin að hringja í mömmu annan hvern dag til þess að spyrja um veðrið. Ég heyrði á röddinni að henni þótti þetta grunsamlegt en hún hélt uppi samræðum af fullri kurteisi og sagði í hvert skipti að þetta væri í rauninni ekki betra veður heldur þynnra ózonlag. Er ekki sama hvaðan gott kemur? spurði ég einu sinni og þá sagði mamma: Ég skal ekki segja, og hló svo hálf þvinguð.

Ég sat stundum á útikaffihúsi við rætur aðalkastalans og drakk vont kaffi og þóttist vera að skoða mannlífið: útiteknar mæður með sílspikuð pelabörn, rauðhærðan trúbadúr sem söng Streets of London, japanska ferðamenn með vídeóvélar og konu með lítinn herðakistil sem seldi rósabúnt. En ég horfði mest á bergið undir kastalanum þar sem örsmá hvít blóm spruttu í skorum, og ég hugsaði um Skaftafell heilu dagana. Mig langaði að vera á göngu þar, á leið í Morsárdal, þótt ég vissi að það væri ekki næði, eins og er snemma vors eða síðla hausts, að allt væri núna orðið fullt af fólki tjöldum og bílum. Mig langaði að sjá hvernig sindraði á birkilauf við læk í hnúkaþey og sólskini, og jökull yfir og allt um kring, svo víðáttumikill að hann er eiginlega margir jöklar og heitir ýmsum nöfnum. Augað var þyrst í blágresi í brekku, umvafið kjarri sem heitir skógur á Íslandi og straumþung vötn sverfa að þessum smáskógi á flóknu ferðalagi um svartan sand sem endar í hafnlausri strönd. Þar hafði marga útlenda sjómenn rekið lífvana á land, en einhverjir bjargast og getið börn við innfæddum konum. Sandflæmið var nekrópólis skipsskrokka frá ýmsum tímum. Þar hvíldu víkingaskip með gínandi trjónur, flök af skútum, togurum frá aldamótum, fyrir utan gangandi fjársjóð, hollenskt flaggskip frá sautjándu öld, hlaðið gullstöngum og kínversku postulíni, og beið þess að verða hleypt af neðanjarðarstokkum á dómsdegi, nema ævintýramenn yrðu fyrri til og næðu því upp með öllu saman.

Þar sem ég sat siginaxla við lítið kringlótt borð og horfði upp eftir snarbröttu berginu sem breytist í virki þegar ofar dregur, fannst mér að einn dagur hjá smáu sumarblómunum sem eru svo einkennilega skær; þrenningarfjólu, bláklukku, brönugrasi, að einn dagur yrði hamingjudagur, tímamótadagur, að óskirnar sem ég vissi ekki hverjar voru mundu rætast allar sem ein, ef ég fengi að sitja á steini úti í læk og fylgjast með ferð hans á stuttum kafla, ferðinni sem ber að sama stóra brunni, gegnum vatnakerfi sandsins. Ein lóa syngi sprellandi dírrin rétt við tærnar á mér og maríuerlur héldu uppi flírulátum og hvellu tísti. Ég gengi kannski fram á sjaldgæfan burkna, hríslur sem vaxa beint út úr berginu og íslenskan eini sem dafnar í skjóli við birki og víði. Ég bað ekki um meira en þennan eina dag á þessum eina stað, jafnvel þótt allra þjóða kvikindi með myndavélar væru truflandi. Það yrði að hafa það. Þarna vildi ég vera, hvíla mig í rjóðri, meðan hið skammvinna hásumar staldraði við, og halda svo áfram ferð minni upp með læknum, á brattann, eins nálægt jöklinum og ég kæmist, þessu glóhvíta flæmi sem var eins og land í landinu og ég þekkti best úr lofti.

Ég hafði hitt hann áður en ég mundi ekki hvað hann hét. Hann þekkti mig strax og sagði: Fyrirgefðu, ert þú ekki Samanta, þegar hann rakst á mig í kastalahliðinu, og ég sagði jú ég heiti það, eftir enskri vinkonu mömmu minnar. Hún dó.

Hann brosti, mest með augunum og sagðist heita Hans Örlygsson.

Ég veit það, sagði ég, því ég mundi það um leið, og stokkroðnaði yfir því að hafa verið að útskýra nafnið mitt fyrir ókunnugum manni.

Kannski ég hafi það af í þetta sinn, sagði ég. Í

fyrra skiptið sneri ég við af því ég nennti ekki inn í kastala í sól.

Það verður örugglega sól þegar við komum út, sagði hann og heimtaði að borga aðgangseyrinn fyrir mig.

Okkur dvaldist inni þótt það væri rökkur um hábjartan dag og kuldi sem er hvergi nema í kastölum og þefur sem ég kann ekki að lýsa, en var áreiðanlega sá sami þegar íbúarnir voru raunverulegir fyrir mörgum öldum, ekki flöktandi skuggar eins og við á stuttri yfirreið.

Við létumst skoða okkur vel um, en það var mest verið að spjalla um heima og geima, og ég varð litlu nær um þetta mannvirki sem ég hafði verið svo lengi á leiðinni inn í.

Hans frétti að ég byggi hjá vinum mínum uppi í risi á litlum kastala. Heitir það líka ris á kastala? spurði hann. Það veit ég ekki, sagði ég. Mér dettur ekkert skárra í hug.

Og út um eitt kýraugað eins og Hans nefndi það svo hnyttilega, gat ég sýnt honum hvar ég bjó. Það þótti honum alveg magnað.

Ég forvitnaðist um ferðir hans og það kom upp úr dúrnum að hann var á tölvunámskeiði fyrir framkvæmdastjóra. Átti tvo daga eftir.

Ég sagðist mest vera í fríi þegar hann spurði, og flýtti mér svo að segja: Annars dunda ég við að þýða ljóð á morgnana að gamni mínu.

Og hvernig ljóð eru það, spurði hann snöggur.

Æ það eru indversk ástarljóð.

Svo bætti ég við: gömul.

Það var engu líkara en rynnu á hann tvær grímur. Við þögðum og það endaði með því að ég sagði:

Ég átti upphaflega að vera tvær vikur í viðbót og ég verð það náttúrlega, en ég er með heimþrá eins og smábarn. Mig langar í Skaftafell, ætli ég sé ekki orðin verri.

Ég er ekki svo viss um það. Mig langar þangað eins og þig, en ég hef kannski betri afsökun, því ég var átta sumur í sveit í Öræfunum.

Það er ekki til neitt stórkostlegra.

En það var svakalega afskekkt. Ég þurfti að fara með flugvél á Fagurhólsmýri eða með skipi til Hornafjarðar. Ég hlakkaði til allan veturinn að komast austur, og fór svo um leið og prófin voru búin.

Vildirðu verða bóndi?

Já helst af öllu. En mér fannst engin framtíð í því, svo ég fór út í bissniss.

Það hellirigndi þegar við komum út, svo við fórum regnhlífalaus í loftköstum niður sjötíu og tvær tröppur. Við stungum okkur inn á næsta pöbb án þess að ræða það sérstaklega. Staðurinn hét Á fullu gasi. Þar var gott úrval af víni, og Hans pantaði glas af rándýru rauðvíni frá Bordeaux, eftir að hafa skoðað listann vandlega. Ég hermdi eftir honum og fékk mér sömu sort. Við vorum vot eftir dembuna og ég sá regndropa læðast bak við eyrað á honum, undir hálsmálið á bláu skyrtunni. Húðin er svolítið feit og það vottar ekki fyrir hrukku. Við skáluðum í víninu sem hann hafði valið.

Ég gat ekki stillt mig um að stríða honum á því að hann hefði ekki verið sannspár um veðrið. Að hann hefði sagt að það yrði líka sólskin þegar við kæmum út.

Þetta er áhætta sem fólk tekur þegar það fer inn í kastalann, sagði Hans og brosti, með öllu andlitinu í þetta sinn. Djúpsettu augun urðu að litlum rifum og ekki gott að segja hvernig þau voru á litinn.

Hann spurði um mína hagi, en ég nennti lítið að segja frá. Hann fræddist ekki um miklu meira en það að ég ynni við bókaútgáfu og byggi ein, eftir að slitnaði upp úr sambúð fyrir tveimur árum. Tuttugu og níu ára eins og hann. Ég spurði ekki um hans mál, en mér datt í hug þegar hann minntist á stelpu sem ég kannaðist við, að þau væru saman. Um leið mundi ég að pabbi hennar átti stórt innflutningsfyrirtæki og að Hans vann þar.

Klukkan var farin að ganga átta og Hans var búinn að ákveða að við skyldum borða saman. Það hafði stytt upp, en Hans vildi samt að við tækjum leigubíl á veitingastað sem hann vissi um. Hann var við Riddaratorg, og hét Svarta rósin. Ég var hálftreg til að fara með honum og ætlaði að ljúga upp afsökun, en var of svifasein, og Hans var búinn að ná í bíl áður en ég gat rönd við reist.

Svarta rósin stendur við steinlagt torg þar sem englar með gyllta lúðra tróna á uppmjóum húsum. Suma dagana hafði ég setið þarna ein á krá sem heitir Dómsdagur og horft út á torgið, á riddara sem situr þar á hesti, í fullum herklæðum með burtstong. Það var heitt í veðri og léttklæddar dömur á hælaháum skóm héldu í sína menn, dálítið valtar með slitna steina undir fótum.

Við gengum niður tuttugu og fimm tröppur. Inni var dimmt og ívið hráslagalegt, undir gömlum gluggalausum hvelfingum. Það var kveikt á kertum í margarma smíðajárnsljósakrónum og það voru kertaljós á þunglamalegum eikarborðunum. Á hverju borði var ein rós í sívölum tinvasa, engin svört, í stíl við nafnið á staðnum, heldur voru þær allar hvítar. Okkur var vísað til sætis í dálitlu útskoti innst í salnum. Þar var líka logandi kerti og rós í vasa, en þessi var appelsínugul. Það er uppáhaldsliturinn minn á rósum og ég hafði orð á því.

Þetta er rauðara en rautt, sagði Hans.

Af því það er ekki rautt, sagði ég.

Ég mundi allt í einu að ég varð að láta vini mína vita af mér, svo ég fór og hringdi, og náði í silkisjalið mitt í fatahengið í leiðinni því mér var ekki nógu hlýtt. Þegar ég kom aftur stóð kampavínsflaska í silfurfötu á borðinu.

Það er naumast, sagði ég.

Þú misstir það út úr þér að þú færð ekkert betra en kampavín.

Hann hafði valið Dom Pérignon. Það er besti drykkur sem ég hef smakkað, en mér dytti aldrei í hug að panta hann á veitingahúsi. Úr því að Hans Örlygsson var slíkur flottræfill skyldi hann fá að borga þennan reikning einn. Kampavínið drakk ég eins og ekkert væri, í leynilegri sæluvímu.

Klukkan var farin að ganga tólf og við stóðum úti á Riddaratorgi. Hans vildi fylgja mér heim. Ég sagði að það tæki því ekki, en hann vildi ekki vita af mér einni á gangi svona seint.

Það hafði gert skúr meðan við borðuðum og steinlagt torgið var hált í bleytunni. Ég studdi mig við olnbogann á Hans til öryggis. Hann tók því eins og sjálfsögðum hlut og reyndi ekki að gera sér mat úr snertingunni. Ég sleppti takinu um leið og við komum á nútímagangstétt.

Kastalinn á hæðinni blasti við okkur upplýstur, enn tilkomumeiri en í björtu: sannfærandi vettvangur stórra myrkraverka. Ég sagðist oft sitja og horfa á hann úr mínum kastala. Ég sagði líka eins og satt var að ég gæti fylgst með járnbrautarlestum úr svefnherberginu mínu og yrði fyrir mikilli freistingu að taka þær út af heimþránni.

Þú ættir að drífa þig.

Nei ég fer bara eftir hálfan mánuð eins og ég ætlaði.

Það þýðir ekkert að pína sig ef það er komið óyndi í mann. Við getum orðið samferða ef þú ferð strax.

Þessu svaraði ég aldrei. Hvað hefði ég svo sem átt að segja?

Páfuglarnir tveir tóku á móti okkur þegar við komum að hliðinu. Hans var hissa á þessum skrautlegu stélvíðu fuglum, en ég sagði honum að það væri komið í tísku að hafa þetta í görðum. Það væri óskiljanlegt því þeir væru svo slæmir með að hakka í sig blómin. Hann gekk með mér alveg upp að dyrum og páfuglarnir eltu okkur eins og í þrautakóngi. Alveg við dyrnar uxu háar appelsínugular rósir, ég braut eina af stilknum, og sagði:

Sjáðu, þetta er alveg sami liturinn.

Eins og það hafi kviknað í henni, sagði Hans.

Ég rétti honum rósina og bauð góða nótt. Þá kom tungl fram úr skýjum og skinið frá því féll á höfuðið á honum. Mér hnykkti við að sjá hann mosagrænan í framan og bleikan á hár. Hann hallaði sér fram og ætlaði að kyssa mig á kinn, en ég vék mér ósjálfrátt undan svo kossinn lenti á hnakkanum á mér.

Þú ert grænn í framan, sagði ég.

Þú líka. Það gerir tunglið.

Tveir draugar á kvöldgöngu, sagði ég. Góða ferð.

Ég heyrði skrjáf í páfuglafjöðrum blandast fótataki mannsins þegar ég var um það bil að láta dyrnar aftur. Ég gat ekki stillt mig um að kíkja út á eftir honum. Hans var kominn að hliðinu með rósina sem hann sagði að væri rauðari en rauð, og páfuglarnir stóðu hvor sínum megin við það eins og í varðstöðu. Mér sýndust þeir hneigja höfuðin, fyrst annar, svo hinn, rétt í því að maðurinn fór út um hliðið.

Vinir mínir voru farnir að sofa svo ég fór beint upp til mín. Ég burstaði tennur og settist svo við gluggann í hvíta léreftsnáttkjólnum mínum. Mjög löng járnbrautarlest skrölti hjá, full af sofandi fólki í kojum, eða fólki að lesa blöð upp við dogg. Ekki óhugsandi að verið væri að elskast í einhverjum klefa. Mér datt í hug að það gæti verið skrykkjóttur leikur; stundum verið að skipta um spor, slá af og bæta í hraðann, óforvarandis.

Það gerist aldrei neitt um leið og það gerist. Allt gerist eftir á. Ég var ekki úti að borða með Hans Örlygssyni á Svörtu rósinni fyrr í kvöld, ég var að því núna. Núna fyrst sá ég manninn í skýru ljósi, hvað hann var myndarlegur á velli, hvað hann stikar reffilega áfram veginn. Og núna fyrst tók ég almennilega eftir því hvernig hann hélt á rauðvínsglasinu – eins og það væri safngripur. Hann hélt um stilkinn, þétt en varlega og rýndi í vínið eins og spákona í kristalkúlu. Hann hafði einmitt látið nokkur orð falla um vínið í véfréttarstíl, talað eins og það væri lifandi manneskja með framtíðina fyrir sér.

Mig langaði að vera laus við þessar hugrenningar svo ég fór í rúmið, hringaði mig þar og breiddi upp fyrir haus. Vinir mínir höfðu séð mér fyrir tvíbreiðu rúmi, með sængurfötum úr damaski. Þau voru milliblá og minntu mest á Íslandsblátt sem ég hef hvergi séð nema á himninum heima, helst á vorin, þegar tún eru orðin iðjagræn, en skaflar í hlíð. Og þangað langaði mig, heim, þar væri bjart núna um hánótt, svellandi bjart og andkalt, ekki þessi þungi dökki raki eins og hér í kvöld. Allt veðurfar er úrkynjað nema á Íslandi. Veðrið þar kennir okkur að lifa, heldur okkur vakandi í andanum. Út vil ek. Á Íslandi er aldrei of heitt til að hafast eitthvað að, fara í göngu, hlaupa og hugsa. Og engar truflandi og mannskæðar pöddur.

Ég gat ekki sofnað, svo ég ráfaði niður í stóru íbúðina hjá vinum mínum og þorði ekki annað en læðast á tánum því ég heyrði uml og kurteisar hrotur úr opnu svefnherberginu. Mér varð starsýnt á stórar hvítar liljur í ferköntuðum glervasa á sófaborðinu sem var forngripur úr massívri eik. Vinir mínir sögðu að það væri svo hátt til lofts inni hjá þeim að blómaskreytingar nytu sín ekki nema þær væru háar.

Ég sótti þurrt hvítvín í ísskápinn, settist svo í sófann og horfði – á hvítkalkaða veggi, risavaxinn skenk, sömuleiðis úr massívri eik – allt í fullkominni harmoníu, og einmitt þaðan sem ég sat sást aðalkastalinn, uppljómaður, og engu líkara en hann hefði færst nær. Ég mátti ekki gleyma að vera þakklát fyrir að eiga vini sem bjuggu svona óvenjulega, og leyfðu mér að njóta góðs af. Mér datt í hug að Hans Örlygsson hefði tekið sig vel út í þessu umhverfi, þéttur og samræmdur, eins og það.

Ég kláraði hvítvínið sem var einkennilega sætt á bragðið þótt það ætti að heita þurrt og fór upp, undir sængina úr íslenskum dún með Íslandsbláu veri. Það fór vel um mig í rúminu, mér hefur alltaf þótt best að mega sofa ein í rúmi. Það leit satt að segja út fyrir að einlífi ætti við mig og ég saknaði þess ekki að vera í sambúð. Ég lifði mínu eigin lífi, hægt og rólega og beint af augum. Mig vantaði ekkert, ég var ekki að leita að neinu sérstöku. Lífið var kannski ekki beint skemmtilegt, enda er ekki eftirsóknarvert að eiga það sem menn halda að sé skemmtilegt líf. Það er eftirsóknarvert að vera í rónni, spjalla við vini sína um ekki neitt, sitja úti með kaffibolla þegar viðrar og brjóta heilann um einhverja smádellu. En skemmtilegt líf í sjálfu sér er auðvitað ekki til. Sumt fólk leikur að það sé gasalega gaman hjá því og tekst jafnvel að geisla í leikaraskapnum, en góðar stundir eru óendanlega miklu færri en nokkur þorir að horfast í augu við. Ég hef grun um að sjálfsmorðum mundi fjölga ískyggilega ef menn hentu reiður á því hvað það er sjaldan gaman. Og ekkert sérstakt við því að gera. Það eru svo miklir vankantar á allri tilhögun í lífinu. Ekki er gaman að eiga fjölskyldu til þess að stumra yfir, og það er heldur ekki gaman að vera einn og stumra yfir sjálfum sér. Best er að eiga elskhuga, en það hefur yfirleitt meiri sorg en gleði í för með sér, og getur tæpast enst. Annað hvort fara þeir, eða maður fer sjálfur. Annars breytast þeir bara í sambýlismenn eða eiginmenn, og þá byrjar stumrið, ég tala nú ekki um ef það koma börn. Æ.

Ég þurfti ekki að velta þessu meira fyrir mér, því ég hafði ekki hitt neinn sérstakan, og ég hafði svo margt að hugsa fyrir mig að ég nennti ekki að blanda öðrum of mikið í það. Ég hafði mörg og skemmtileg verk að vinna, verk sem skiptu mig máli, ég stritaði á daginn og hvíldi í friði um nætur, líkaminn blundaði án þess að þyrsta í annan líkama.

Þegar ég vaknaði næsta morgun voru vinir mínir farnir í vinnuna. Ég fékk mér morgunkaffi niðri, eins og þeir vildu að ég gerði. Þegar ég var að horfa á stóru hvítu liljurnar mundi ég eftir Roisin dubh, Svörtu rósinni, írsku þjóðlagi sem ég þekki. Ég átti til að spila það aftur og aftur. Þunglyndur vinur minn hafði kallað það daprasta lag heimsins, og bætti við: endalok allra rósa. Ég komst aldrei svo langt að spyrja hann hvort þessi dularfullu endalok allra rósa væru tilvitnun í eitthvað. Ef ég hitti Hans Örlygsson einhvern tímann aftur ætlaði ég að muna að segja honum að nafnið á staðnum þar sem við drukkum Dom Pérignon og borðuðum humar væri líka nafnið á írsku þjóðlagi, Roisin dubh, sem ég spilaði stundum aftur og aftur.

Ég fór í símaklefann úti á horni og hringdi til mömmu. Hún sagði að það væri enn hitabylgja. Hún og pabbi höfðu verið í bústaðnum við Álftavatn um helgina, ein aldrei því vant. Það hafði verið alveg yndislegt, og ekki spillti fyrir að hún hafði aldrei séð gróðurinn þrífast svo vel. Ræktunartilraunirnar með birkið höfðu borið svo mikinn árangur að það var farið að vaxa álíka hratt og Alaskaösp.

Þau höfðu eldað gæs og lent á ótrúlega góðu eintaki. Mamma sagðist hafa áttað sig á því um leið og hún skar í fóarnið að gæsin sú hefði nærst á hárréttu fæði, miklu blóðbergi og öðru viðeigandi kryddi. Þau höfðu farið í göngutúr meðan steikin var í ofninum og innvolsið mallaði í pottinum. Það var varla hægt að þverfóta fyrir heilum hjörðum af nýfæddum lömbum sem spókuðu sig í blíðunni með mæðrum sínum og jörmuðu af kæti svo undir tók í fjöllunum.

Við byrjuðum að finna ilminn af eldamennskunni löngu áður en við komum að bústaðnum, sagði mamma. Pabbi þinn hélt að reykinn af réttunum hlyti að leggja um alla sveit. Við máttum þakka fyrir að það dreif ekki að fólk úr nærliggjandi byggðarlögum og heimtaði kræsingar. Meðan við drukkum kamparí sóda á pallinum lygndi algjörlega. Vatnið var eins og gler. Ég held þetta sé fallegasti dagur sem ég hef lifað Samanta mín og þó hef ég lifað marga fallega daga.

Mig langar heim mamma.

Drífðu þig bara.

Ég á að vera hálfan mánuð í viðbót.

Þú finnur út úr þessu.

Ég er ekki vön að fara til útlanda á sumrin. Ég skil ekki hvað kom yfir mig.

Á leiðinni heim áttaði ég mig á því að mamma var steinhætt að tala um ózonlagið.

Ég fór upp í ris til mín og tók til við ljóðin. Það var erfitt að einbeita sér. Ég þráði ekki lognið sem mamma lýsti heldur ósvikið íslenskt rok og glampandi sólskin, vind sem hamast í puntstráum og gulmöðru og sveigir víðinn og gárar vatn svo úr verða rússíbanar fyrir bleika fiska, og býr til glannalegar öldur í loftinu fyrir hvítvængjaða fugla.

... og þó hef ég lifað marga fallega daga. Þetta var væmið. Mamma var ekki vön að tala svona. Annars voru mamma og pabbi í þeim flokki sem leit út fyrir að eiga skemmtilegt líf. Þau geisluðu af lífsgleði, frammi fyrir öðrum að minnsta kosti og áttu geysi annríkt. Jafnvel í fríum stóðu þau í stórræðum, viðhaldi á húseignum, eða buðu fólki til sín í hrönnum og elduðu flókna rétti í örlitlu eldhúsi í bústaðnum, með gamanmál á vör. Svo gátu þau ekki einu sinni farið tvö í sveitina án þess að standa í því að elda gæs, sem er strangt tekið handa fimm manns, og sjóða erfiða sósu.

Ég hefði viljað fara í bústað með manninum mínum, ef ég ætti hann, norpa í laut og naga epli og súpa vatn úr kaldavermsli þess á milli. Aldrei skyldi ég fá gesti og ekki leggjast í hálfsdags gönguferðir, endalaus viðhaldsstörf og langdregna eldamennsku og uppvask þar á milli. Ég mundi hiklaust ráða mann þó ekki væri nema til þess að fúaverja pallinn, samkvæmt lögmálinu: Gerðu aldrei í dag það sem þú getur borgað öðrum fyrir að gera á morgun.

Svo hugsaði ég um kampari sódað á pallinum. Kannski hafði verið virkilega gaman hjá pabba og mömmu þetta kortér meðan lygndi og þau sátu kyrr og drukku sumardrykkinn sem þeim þykir bestur og horfðu yfir vatnið. Kannski var það sami hlutur að leika skemmtilegt líf og að eiga skemmtilegt líf. Kannski var leikaraskapurinn The Real Thing, kannski var ekki hægt að komast nær kjarna málsins, og þegar best léti yrði leikaraskapurinn að því sem hann leit út fyrir að vera.

„Hindin mín með möndluaugun, ávali brjósta þinna ölvar mig." Ekki var þetta nógu góð lína hjá minni. Eins og útúrsnúningur úr Ljóðaljóðunum. Hortittur, klastur. Síminn hringdi niðri. Ég svaraði yfirleitt aldrei. Af hverju ætti ég að taka upp á því núna? „Ávöl brjóst þín ölva mig." Misheppnuð tilraun til innríms.

Ég lagði þennan andskota frá mér og fór í

sturtu. Ég þurrkaði hárið með blásara og reyndi að ákveða hvað ég ætti af mér að gera þann daginn. Svo mikið var víst að ég nennti ekki að hanga lengur inni þótt ég væri annars ekki vön að fara út á ról fyrr en eftir hádegi. Baðglugginn var sömu megin og svefnherbergisglugginn og ég horfði á tvær lestir mætast meðan ég burstaði hárið. Önnur var svo löng að hún ætlaði engan enda að taka, á suðurleið, sem var áttin að flugvellinum, en hin var ekki nema þrír vagnar. Síminn hringdi aftur niðri. Ég stökk niður á sloppnum og þreif símann.

Hvernig hafðirðu upp á mér?

Það var ekkert mál. Þú sagðir mér í gærkvöld hvað vinir þínir heita. Þeir eru í skránni.

Ert þú ekki á námskeiði?

Jú. Ég er búinn klukkan fimm. Gætum við hist þá?

Ég má því miður ekki vera að því. Ég er annað að gera. (Þetta var lygi.)

Geturðu ekki breytt því?

Nei.

Ég var að hugsa um að segja honum frá þjóðlaginu sem heitir Svarta rósin, af því ég átti ekki víst að hitta hann fyrr en eftir marga marga mánuði eða ár þess vegna. En svo fannst mér það asnalegt, og mér datt ekkert annað umræðuefni í hug. Það var í góðu lagi, því Hans Örlygsson hélt uppi samtalinu. Honum dettur alltaf eitthvað í hug. Stundum er þetta kallað andagift, og er meira áberandi hjá eldra fólki, að minnsta kosti á Íslandi, en hjá yngri kynslóðinni. Það flökraði allt í einu að mér að hann væri í kippnum. Hann gat svo sem hafa farið í hádegismat og fengið sér tvo eða þrjá. Hann var vísast duglegur á því sviði. Eftir útlitinu að dæma var þetta mikill forkur, sama hvað hann tók sér fyrir hendur, stór og gerðarlegur, með hvítan hárlubba, svolítið rjóður í kinnum. Ekki ósvipaður eftirlíkingu af víkingi í grínmynd.

Eftir símtalið nostraði ég við að setja rakakrem á andlit og háls og nudda skrokkinn með sérstakri ilmolíu sem vinir mínir höfðu gefið mér. Svo bjó ég vandlega um rúmið og lagaði til í herberginu þótt þess þyrfti ekki. Ég var að sverfa á mér neglurnar þegar dyrabjöllunni var hringt. Ég ætlaði ekki til dyra. Þetta gat heldur ekki verið neitt til mín.

Svo ákvað ég að kíkja út um stofugluggann niðri og gá hver færi þar. Það var Hans. Hann hringdi aftur. Ég fór upp í svefnherbergi, settist á rúmið mitt og hélt áfram að sverfa neglurnar þvert fyrir. Mér þykir það fallegra heldur en að hafa þær oddmjóar.

Ég gat ekki stillt mig um að fara aftur niður í stofu og kíkja út. Hans var kominn út um hliðið. Annar páfuglinn teygði álkuna fram úr runna, eins og hann njósnaði um ferðir mannsins og hefði skúfinn í hnakkanum fyrir loftnetsstöng. Ef Hans hefði snúið sér við á þessari stundu hefði hann séð mig í glugganum, á svörtum silkislopp af manni vinkonu minnar.

Hæðahryggurinn sem hafði setið blýfastur yfir Íslandi í heilan mánuð leystist upp eða færði sig um set eftir að ég kom heim. Nú ríktu blákaldar lægðir, rok og rigning, hiti sex stig, og það var ekki lag að fara í Skaftafell það sem eftir lifði sumars. Ég hringdi stöku sinnum í vini mína. Í þeirra borg var óvenjuleg blíða. Helstu tíðindi voru þau að karlpáfuglinn hafði farist í bílslysi og kvenfuglinn veslast upp á viku og dáið. Mér var sama því mér fannst fuglarnir aldrei eiga heima í garðinum, en ég sýndi samt hluttekningu því vinum mínum þótti vænt um þessi dýr. Mig langaði aftur til þeirra, í risíbúðina í litla kastalanum, og ég hugsaði um allt sem ég hafði ekki nennt að skoða í borginni meðan ég var þar, hvernig ég hafði sólundað tímanum í að drekka vont kaffi ein míns liðs og horfa upp eftir kletti sem breyttist í gamalt mannvirki þegar ofar dró.

Í októberlok var ég á Keflavíkurflugvelli að sækja pabba og mömmu sem voru að koma frá Vínarborg. Ég var að athuga hvort ég sæi þau ekki gegnum glerið þegar Hans Örlygsson birtist á leið niður rúllustigann. Hann sá mig eins og skot, svo ég hafði ekki ráðrúm til þess að hörfa aftur fyrir næsta mann. Hann veifaði, eins og hann hefði búist við mér þarna, eins og ég væri komin til þess að sækja hann. Ég veifaði óvart á móti, og svo hvarf hann inn í fríhafnarbúðina.

Pabbi og mamma komu niður stigann rétt á eftir. Ég veifaði þeim, settist svo á bekk og beið, og mundi eftir regndropanum Á fullu gasi sem læddist bak við eyrað á ókunnugum manni, undir hálsmálið á himinblárri skyrtu.

Hans kom fyrstur manna gegnum tollinn, með

eina handtösku, og úttroðna fríhafnarpoka. Ég hugsaði að hann hefði ekki verið lengi að ákveða hvað hann vildi kaupa. Hann gekk beint að mér og sagði sæl, þakka þér fyrir síðast.

Sæll og velkominn. Hvaða ferðalag er á þér?

Ég er að koma úr tveggja daga ferð til Kaupmannahafnar.

Þú hefur þá verið samferða pabba og mömmu. Annars voru þau að koma frá Vín.

Hans settist hjá mér á bekkinn og höndin á honum straukst við mína. Hann var í ljósum fötum sem minntu á safari-búning, og alldrukkinn, en bar það vel. Hann talaði um ekki neitt, og var skemmtilegur, skemmtilegur.

Mér fannst pabbi og mamma furðu lengi á leiðinni fram og fór að hafa áhyggjur af því að Hans missti af rútunni og ætlaðist til þess að við keyrðum hann í bæinn. Ég flýtti mér á fætur þegar þau loksins komu og heilsaði fagnandi með kossum og faðmlögum. Hans stóð líka upp og beið álengdar eftir því að heilsa þeim virðulega með handabandi.

Ég flýtti mér að ýta farangurskerru pabba og mömmu af stað, sagði: Vertu blessaður, við Hans og strunsaði svo áfram. Ég heyrði pabba og mömmu kveðja hann vandræðalegum rómi, og svo komu þau á eftir mér.

Við vorum varla sest inn í bíl þegar mamma sagði: Ósköp lá þér á, væna mín, og spurði svo með sérkennilegri áherslu hver þetta hefði verið.

Ég veit það varla, sagði ég. Ég hef einu sinni hitt hann áður.

Nú, þið lituð út fyrir að vera svo mikið kunnug.

Það er ekki mér að kenna, sagði ég.

Þetta er myndarmaður, sagði pabbi.

Hann var sætkenndur, sagði mamma.

Þessi maður er ekkert á mínum vegum. Hvernig var í Vín?

Jú þau höfðu farið í Staatsoper þar sem José van Damm söng Don Giovanni og Agnes Baltsa Donnu Önnu, og þau höfðu hlustað á Sinopoli stjórna Mozartsinfóníum í Musikverein og þau voru svo glöð að þessi gamli draumur þeirra hafði ræst að fara til Vínar og sögðu að ég mætti mikið sjá eftir því að hafa ekki skellt mér með. Þá datt mér í hug að ef ég hefði gert það hefði ég hitt Hans á Kastrup og verið samferða honum heim í vélinni.

Mamma sagði að ég liti ofsalega vel út og ég gladdist, af því mamma hefur gott auga fyrir slíku. Sjálf voru pabbi og mamma eins og nýslegnir túskildingar og litu út fyrir að vera yngstu afi og amma í heimi.

Þegar við komum heim til þeirra í Hörgshlíð fór ég að hita matinn sem ég var búin að laga. Þau dásömuðu mig og sögðu að ég væri góð dóttir. Eftir nýja skrafrispu um ferðina til Vínar varð smáþögn. Upp úr henni spurði mamma allt í einu:

Hefðirðu ekki átt að bjóða honum far?

Honum hverjum?

Manninum á vellinum.

Þú ert með hann á heilanum.

Ertu ekkert að líta í kringum þig, Samanta mín?

Nei, ég er að skoða á mér tærnar.

Vertu ekki með útúrsnúninga, elskan. Það er ekki gott að draga það of lengi að stofna fjölskyldu.

Hver segir að ég ætli að stofna fjölskyldu?

Þú getur ekki verið þekkt fyrir að láta þessa ættkvísl deyja út, sagði pabbi.

Þið gætuð þá sjálfum ykkur um kennt. Að eignast ekki nema mig.

Þú varst svo fullkomin Samanta mín, að við þorðum ekki að eignast fleiri. Og við máttum ekkert vera að því heldur. Betra að eiga eitt og hugsa almennilega um það heldur en fleiri og vanrækja þau.

Það má kannski eitthvað á milli vera.

Klukkan var orðin hálftólf þegar ég kom heim til mín. Pabbi keyrði mig af því ég var búin að drekka of mikið rauðvín. Pabbi gætir alltaf hófs.

Ég var rétt skriðin inn úr dyrunum þegar síminn hringdi. Það var Hans Örlygsson.

Þú hringir of seint, sagði ég. Ég er yfirleitt farin að sofa um þetta leyti.

Þú ert ekki farin að sofa núna. Ég reyndi að hringja fyrr í kvöld.

Hann var búinn að bæta á sig og var nánast drafandi. Það var þögn. Ég ætlaði ekki að tjá mig um neitt sérstakt.

Þú varst heima, sagði hann loksins.

Nei, ég var hjá pabba og mömmu.

Þú varst heima í kastalanum, þegar ég kom í sumar.

Ég skil ekki um hvað þú ert að tala.

Ég sá þig ekki í glugganum en ég fann fyrir þér.

Það horfði einhver á eftir mér þegar ég fór.

Þú hefur tekið mig í misgripum fyrir páfugl. Góða nótt. Svo lagði ég á.

Ég fór inn á bað til að bursta tennur og taka meikið framan úr mér. Ég var ekki búin að þurrka hreinsikremið af andlitinu þegar síminn hringdi aftur. Ég þóttist vita hver það væri og reif símann úr sambandi án þess að svara.

Í nóvember desember og janúar kyngdi niður snjó. Ég fékk það embætti að fylgja lítilli frænku minni í spilatíma einu sinni í viku. Hún átti heima rétt hjá mér á Rauðarárstíg og ég klöngraðist með hana og gítarinn eftir Grettisgötu, niður á Klapparstíg. Ég hélt á gítarnum í annarri hendi og leiddi hana með hinni. Ruðningarnir voru svo háir að við vorum í mestu vandræðum og fórum varla nokkra ferð án þess að hrasa á hálkunni. Þetta endaði með því að ég fékk mér mannbrodda þótt mér fyndist eiginlega að slík hjálpartæki væru meira fyrir gamlar konur með beinþynningu.

Það var liðið á janúar þegar ég sá Hans Örlygssyni bregða fyrir í einum leiðangrinum með frænku. Hann var að horfa út um glugga á húsi við Klapparstíg. Það var málað í áberandi ljótum lit, sem mamma hefði kallað ælugrænan. Hans lét bleikyrjótta gardínu falla og bakkaði snarlega. Það var ekki honum líkt að hopa, ekki eins og ég þekkti hann. Úr því hann brást svona við þá datt mér í hug að stríða honum og hringja dyrabjöllu, enda væri það mátulegt á hann, en ég er of vel upp alin til þess að vera með prakkaraskap.

Ég fletti upp í símaskránni þegar ég kom heim, á nafni stelpunnar sem hann hafði nefnt þegar við hittumst fyrst, í útlendri borg. Það stóð heima, hún bjó á Klapparstíg. Þvílíkt litaval.

Í febrúar mars og apríl tóku við mestu frosthörkur síðan felliveturinn mikla. Ég var föl og fá, bölvaði ólandinu Íslandi, og forðaðist félagsskap foreldra minna, sem fóru á gönguskíði með reglulegu millibili, jafnvel þótt það væri ýmist mannskaðaveður eða þoka, nema hvort tveggja væri. Þá sjaldan ég hitti þau talaði ég verulega illa um landið í heild og veðrið alveg sérstaklega, en það hefði ég ekki átt að gera, því þau reyndu allt hvað af tók að koma mér með sér á skíði. Ekki bætti úr skák að þau spurðu stundum hvort ég væri ekki að líta í kringum mig og mér fannst engu líkara en þau væru á nálum yfir því að ég gengi ekki út.

Ég hafðist ekki lengur við á landinu og fór til Portúgal með örstuttum fyrirvara, í maí, og var í heilan mánuð í fiskiþorpi fyrir norðan Oporto. Ferðamenn þar voru yfirleitt enskir, kurteist og hlýlegt fólk sem var komið á eftirlaun. Ég drakk stundum síðdegiste á enskum veitingastað með hjónum sem áttu heima í Surrey. Þau hétu Iris og John Hand, og eftir vikuna sögðu þau að ég skyldi bara kalla þau Iris og John. Þau sýndu mér myndir af barnabörnum sínum og ég hlustaði með athygli á frásagnir af loftárásunum á London í seinni heimsstyrjöldinni. Ég hafði lesið mikið um þetta tímabil, en það er aldrei eins að tala við fólk sem lendir í hlutunum og að lesa um þá. Stundum finnst mér að ég hefði átt að nota meiri tíma til þess að tala við fólk og minni tíma til þess að lesa. En það að tala við fólk er oft svo mikið vesen. Bók þarf bara að opna, og svo fletta, beint af augum.

Síðustu vikuna kom litla frænka mín og gítarinn, pabbi hennar og mamma. Við lágum saman á ströndinni í heila viku, öll fjögur, hreyfðum okkur varla, og það flökraði ekki að okkur að fara og skoða okkur um. Hins vegar leituðum við uppi bestu veitingahúsin í grenndinni, og flest kvöldin eftir mat fórum við niður á strönd til þess að horfa á sólarlagið, með flösku af góðu víni. Einu sinni bar ég gítarinn fyrir frænku mína, yfir sandöldur í stað snjóskafla, og hún spilaði tregafulla spænska rómönsu furðu vel, þótt það væri á mörkunum að litlu puttarnir næðu öllum gripunum. Mér datt Svarta rósin í hug, endalok allra rósa, eins og sá þunglyndi hafði sagt, og ég fór af einhverjum ástæðum að hugsa um páfuglana sem hneigðu sig fyrir Hans þegar hann gekk út um hliðið eftir að hafa fylgt mér heim. Það hafði aldeilis orðið brátt um þá. Frænka litla spilaði rómönsuna aftur og eldrauð sólin dýfði sér á bólakaf í Atlantshafið meðan við kláruðum flösku af portúgölsku eðalrauðvíni frá 1979.

Mig langaði ekki heim, en ég átti ekki kost á að framlengja dvölina. Ég drattaðist fýld upp í vél og sofnaði strax. Ég vildi ekki matinn og dormaði alveg þangað til við nálguðumst landið og það birti af kvöldi. Eyjan lá útbreidd fyrir augunum, jöklar og öræfi og vötn. Skömmu áður en við lentum sáust bæði Skjaldbreiður og Snæfellsjökull og ég ímyndaði mér að þetta væru hjón og fjöllin á milli væru afkomendur sem yrðu að jöklum þegar þau yrðu nógu stór og nógu köld.

Pabbi og mamma tóku á móti mér úti á flugvelli. Ég sá ekki betur en þau væru enn útiteknari en ég, og hvítklædd. Það var eins og þau væru að koma frá sólarlöndum en ekki ég. Mamma var búin að elda þríréttað: hvítvínssoðinn krækling, lambalæri marínerað í rauðvíni og ólívuolíu með hvítlauk einiberjum og blóðbergi, og klykkti svo út með heimatilbúnum ís. Ég sagði að það væri aldeilis veislan og pabbi sagði að ekkert væri of gott þegar týndu dótturinni væri fagnað. Það var nógu hlýtt til þess að sitja úti á svölum með kaffið, þótt klukkan væri orðin níu. Snæfellsjökull var uppljómaður og fjallgarðurinn snjóhvítur þótt það væri komið fram í júní. Sólin þræddi sig eldspræk gegnum reyniviðarlauf, gljáviði og snemmsprottnar eldliljur, og enn mundi hennar njóta við í þó nokkra klukkutíma.

Ég sá það allt í einu fyrir mér að sá dagur gæti komið þegar enginn tæki á móti mér úti á velli, og ég vildi segja eitthvað fallegt við pabba og mömmu til þess að sýna þeim að ég kynni að meta allt sem þau gerðu fyrir mig. Mér datt ekkert í hug annað en að hrósa matnum og garðinum og því hvað þau litu vel út. Mamma sagði á móti að hún hefði bara aldrei séð mig jafn sæta, svona brúna, með hárið ljósgullið af sól, og hvað skærblái liturinn á kjólnum klæddi mig vel og færi vel við augun.

Pabbi keyrði mig heim á Rauðarárstíg. Hann þaut eins og eldibrandur upp tröppurnar með töskur sem ég loftaði varla. Ég kyssti hann bless og strauk honum sléttan og nýrakaðan vangann og horfði á eftir honum þegar hann stökk niður tröppurnar í hvítu sportpeysunni sinni.

Það var ljómandi sólskin í stofunni minni, fjólubláar sankti-pálíur í blóma eftir endilangri gluggakistu, hvergi rykarða, og níu appelsínugular rósir í ferköntuðum glervasa á sófaborðinu. Hér hafði móðir mín lagt gjörva hönd á, hirt um blómin mín betur en ég gerði, og þrifið betur en ég gerði. Og spanderað í rósir. Mamma er ein af þessum konum sem hefur hugsun á öllu, kemst yfir að gera allt og hún gerir allt vel. Pabbi er alveg eins. Sjálf nenni ég ekki að gera allt vel, bara sumt. Í vinnunni er ég þekkt fyrir vandvirkni og útsjónarsemi, hvort sem það hefur með útlit bóka að gera, lestur handrita og val á bókum til útgáfu eða prófarkalestur. Ómissandi starfskraftur á góðum launum, ein sem gæti ekki annað en orðið útgáfustjóri, og það frekar fyrr en seinna, svo framarlega sem hún nennti því. En því mundi hún ekki nenna. Þetta er ágætt eins og það er.

Ég opnaði aðra ferðatöskuna og tók upp úr henni handbróderaðan náttkjól sem ég hafði keypt í Portúgal og flösku af sams konar víni og við höfðum drukkið á ströndinni kvöldið sem litla frænka spilaði rómönsu á gítarinn. Ég er ekki vön að taka upp vínflöskur handa mér einni, en ég tók þessa nú samt upp og náði í belgmikið rauðvínsglas með útskorinni stjörnu. Glösin mín bjuggu í borðstofuskenknum sem er ítölsk eftirlíking af Mackintosh-mublu. Þegar ég ætlaði að hella í glasið sá ég að það var kámugt og náði í annað glas. Vínið var mjög gómsætt, enn betra en mig minnti, eða þá að þetta var betri flaska.

Ég hrökk upp við að dyrabjöllunni var hringt og ég flýtti mér að ýta á hnappinn, án þess að spyrja í dyrasímann hver færi þar. Svo opnaði ég fram á gang og hrökklaðist ringluð aftur í sófann. Klukkan var þrjú um nótt, það var rökkur. Ég hafði sofið í nokkra klukkutíma.

Hans Örlygsson gekk hiklaust inn í stofu og byrjaði á því við dyrnar að fá sér smók úr hálfreyktri sígarettu svo glóðin skein ógnandi í dimmunni. Því næst kveikti hann ljós, án þess að leita að slökkvaranum, og ég sá stjörnur, svona nývöknuð. Þegar sjónin komst í lag tók ég eftir því að hann var í nýjum gallabuxum, blágrárri ullarpeysu með upphleyptu munstri, heiðblárri skyrtu innan undir og svörtum fjallgönguskóm. Hann klæddi sig úr þeim, enn í stofudyrunum og klemmdi sígarettuna í munnvikinu á meðan. Svo gekk hann til mín og settist í sófann. Höndin á honum straukst við mína. Hann drap í sígarettunni á kristalöskubakkanum og spurði ekki hvort þetta væri öskubakki eins og gestir mínir voru vanir að gera.

Ég sá þig í vetur, sagði hann. Er þetta dóttir þín með gítarinn?

Nei. Ég á ekki dóttur.

Þú ert búin að leggja á borð, sagði hann og átti við rauðvínsglösin tvö.

Má bjóða þér?

Neitakk, ég er með. Hann fór undir hálsmálið á peysunni og fiskaði silfursleginn vasapela úr brjóstvasanum á skyrtunni.

Viltu Glenlivet?

Játakk. Og ég fékk að súpa á pelanum.

Hann fór úr peysunni, lagði hana frá sér á sófabakið. Svo fékk hann sér slurk og stakk pelanum aftur í skyrtuvasann.

Klæjar þig ekki á hjartanu undan þessu, spurði ég.

Hann hló og sagði ekki neitt.

Hvaðan ber þig að, spurði ég, því mér fannst eitthvað dularfullt við klæðaburð mannsins.

Ég gekk á Skjaldbreið, niður aftur, og er núna að koma frá Guðmundi.

Þetta með Guðmund var fremur sérkennilegt innlegg í samtalið því ég gat ekki vitað hver Guðmundur var.

Ég sá Skjaldbreið seint í dag þegar ég flaug yfir.

Þá hef ég verið á uppleið.

Og hann lýsti ferðinni; veðrinu, gönguleiðinni, lögun fjallsins í návígi, grjótinu, söngfuglunum. Þetta er andríkur maður, það verður ekki af honum skafið. Það er gaman að sitja í sófa og heyra hann tala. Hann er vel máli farinn, vel heima og afskaplega ræðinn. Hann getur meira að segja hermt eftir fuglum.

Hvað honum fannst um mig vissi ég ekki, en í útlöndum árinu áður hafði hann sagt dálítið skrýtið við mig. Hann talaði um persónuleika minn. Ég skil reyndar ekki almennilega hvað er átt við með þessu orði, en það ber nýrra við að karlmaður segi eitthvað um minn persónuleika. Ég hafði heyrt ýmislegt jákvætt um nefið á mér, sem er af stuttu íslensku gerðinni, aðeins uppbrett, en samt nokkuð stílhreint. Orð hafa fallið um hendurnar á mér, sem ég viðurkenni sjálf að eru fallegar, ekki hallærislega litlar konuhendur, heldur stórar hendur með löngum fingrum, ekki of mjóum. Um hárið á mér hefur líka mjög margt verið sagt. Ég var með sítt hár. Ég var ekki stundum með stutt og stundum með sítt, heldur alltaf með sítt, frá því ég var unglingur. Ég vissi að ég yrði fljótlega að láta klippa mig, því það er eitthvað skrýtið við síðhærðar konur sem eru farnar að eldast. Mamma mundi kalla þær sjötugar barnastjörnur.

Má ég, sagði hann allt í einu upp úr miðri ferðalýsingu, og tók peysuna sína til handargagns.

Ég skildi ekki hvað hann var að fara, svo hann spurði: Er ekki hrollur í þér?

Jú, af því ég var sofandi.

Þá lagði hann Skjaldbreiðarpeysuna yfir axlirnar á mér og hagræddi henni vandlega.

Ég færði mig frá honum og spurði aftur hvort hann vildi ekki rauðvín. Svo bætti ég við: Ég drakk það á ströndinni á kvöldin.

Í Portúgal. Jútakk, ég ætla aðeins að smakka.

Ég hellti í glasið hans upp að stjörnu og spurði ekki hvernig hann vissi að ég hefði verið í Portúgal. Hann hafði auðvitað hringt í vinnuna til mín. Hvað vildi þessi maður? Sem átti kærustu, vann hjá pabba hennar, og hafði gert ítrekaðar tilraunir til þess að ryðjast óboðinn inn til mín. Hvað vilja menn? Ég skálaði við hann svo það klingdi í víðum glösunum og ég vissi að ég átti að reka hann út, en ég vissi líka að ég léti ekki verða af því, að minnsta kosti ekki í þetta sinn.

Það er gott að þú komst klakklaust á fjallið.

Maðurinn var yfirmáta snyrtilegur og það

hljómaði eins og rokna brandari að hann væri að koma úr fjallgöngu. Hann líktist fyrirsætu sem auglýsir Camel á fjallstindi og þó ósannfærandi að því leyti að gallabuxurnar voru of nýjar og brakandi. Líklega minnti hann mest á strákpjakk í nýju fötunum á fyrsta skóladegi.

Hann svaraði ekki athugasemdinni um fjallið, heldur horfði á appelsínugulu rósirnar og sagði að ég hefði gefið honum eina svona í fyrra, við kastaladyrnar þar sem ég átti heima. Fyrir einu ári, upp á dag. Svo þetta var þá maður sem mundi dagsetningar. Bendir það ekki á dulið sentímentalítet?

Ég hef verið drukkin.

Ég þurfti að halda um blómið sjálft svo ég styngi mig ekki á henni.

Þetta hefur verið bjarnargreiði.

Ég sný ekki aftur með það, þetta er rauðara en rautt, sagði hann og hvessti augun á rósirnar.

Af því það er ekki rautt, sagði ég, eins og fyrr.

Það var orðið albjart og kóloratúrtrillur þrastanna mögnuðust í garðinum mínum bak við hús. Það kom meiraðsegja lóa á blettinn og kvakaði ýmist fjörugt dírrin eða innilegt dí-dí – dí-dí sem ég mundi ekki eftir að hafa heyrt áður.

Ég sá að Hans horfði á opnu ferðatöskuna mína og nýja útsaumaða náttkjólinn sem lá efstur. Hann sýndi engin sérstök merki um að hann ætlaði sér eitt eða neitt í mínu húsi eða að ég kæmi honum nokkuð við. Hann sat bara þarna og talaði, ég veit ekki um hvað, en það vantaði ekki að hann var fyndinn og ég vonandi líka. Að minnsta kosti reyndi ég mitt besta. Og ég skoðaði ýmislegt í laumi, til dæmis það hvernig hann hélt um glasið eins og það væri gullinn kaleikur, hvernig hann skoðaði vínið og smakkaði það, og ég sá að ég hafði munað alla taktana rétt.

Hans uppgötvaði allt í einu að það var hægt að ganga úr stofunni út í garð. Hann tók í höndina á mér og leiddi mig út á svalir og niður tröppurnar. Þetta var ekki vel hirtur skiki, en þarna óx margt og mikið. Enn var tími hárauðra leggjalangra túlípana, og nýútsprungnir fíflar ljómuðu sólgulir við húsveggin. Hans spurði mig um eina sígræna tréð í garðinum. Það er óvenju fallegt og hefur verið myndað fyrir garðyrkjubækur. Ég sagði að það væri blágreni og gæti orðið fimmhundruð ára gamalt.

Ég hélt við værum á leiðinni inn í hús þegar við gengum undir stóra ilmreyninn sem skyggði á svefnherbergisgluggann minn. Þá stoppaði Hans snögglega og kyssti mig beint á munninn, eins blátt áfram og hann væri að heilsa kunningja á götu. Silfurpelinn í vasa hans þrýsti óþægilega á brjóstið á mér, en hann fann það strax, færði sig frá, stóð svo þétt við hina hliðina á mér og þannig kysstumst við lengi lengi eins og síamstvíburar samfastir á síðunni undir reynitrénu í bakgarðinum mínum við Rauðarárstíg.

Þegar við gengum inn aftur var ómögulegt að merkja á nokkru í fari Hans að við hefðum stundað aðra iðju úti í garði en að reyta arfató um leið og við gengum. Hann gekk hægt og virðulega inn og var ekki í því að snerta mig eða senda mér neitt sem gæti flokkast undir hlýlegt augnatillit, hvað þá meir. Hann stóð kyrr á stofugólfinu, gekk svo að sófaborðinu og vandaði sig við að súpa á rauðvínsglasinu. Að því búnu lagði hann formálalaust í sérsmíðaða stigann minn sem liggur upp í svefnherbergi.

Mér fannst þetta ósvífið hjá honum svo ég fór inn á bað og dundaði við að bursta tennur, hreinsa andlitið og smyrja það næturkremi, og bursta á mér hárið, fimmtíu sinnum. Ég settist í sófann og drakk rauðvín sem smakkaðist ekki eftir tannkrem. Um síðir drattaðist ég upp þann sérsmíðaða til að athuga hvað maðurinn væri að bedrífa. Hann lá undir sæng í rúminu mínu, hafði að minnsta kosti farið úr að ofan, og las í bók. Þetta voru indversku ástarljóðin frá sextándu öld.

Fróðleg bók, sagði hann.

Ég er enn að þýða hana, manstu.

Ég efast ekki um að þér muni farast það vel úr hendi.

Ég lagðist hjá honum, í bláa kjólnum mínum, ofan á sængina. Ég var með gilda silfurkeðju um hálsinn og klút utan yfir.

Hvað ertu að hugsa? spurði ég.

Ég hugsa ekki, sagði hann og tók af mér klútinn.

Hvað kostar þetta, spurði hann svo. Hann var að horfa á silfurkeðjuna.

Ég svaraði honum ekki af því hann hafði hitt naglann á höfuðið. Þetta var rándýr antíkkeðja sem hafði kostað mánaðarlaun verkamanns og ég hálfskammaðist mín að hafa spanderað í hana.

Hans klæddi mig úr og þurfti ekki hjálp við það og við vorum saman í fyrsta skipti. Það tók langan tíma. Ég skrópaði í vinnunni og hann missti af flugvélum. Hann þurfti að vera kominn til Akureyrar næsta dag, og var tilneyddur að keyra þangað, í stað þess að fljúga, nóttina eftir. Ég hefði getað skrópað aftur í vinnunni og farið með honum, en ég lét það ógert. Ég vildi frekar vita af honum einum í bílnum, einum á þjóðveginum meðan sólin settist loksins eftir að hafa verið lengi lengi að lækka flugið og slá rauðum bjarma og fjólurauðum á firðina sem hann þræddi. Einhvern tímann á leiðinni færi hann út úr bílnum, sennilega í kjarri, að borða nestið sem ég setti í box handa honum og þá mundi hann skoða hálfútsprungin birkilauf, rauðleit af kvöldsól, og hlusta á lækinn, af því hann hlaut að stoppa við læk eða kannski á. Ég vildi ekki fara með honum, ég vildi vita af honum aleinum að horfa til alls konar fjalla og beittra dranga, með anda minn svífandi yfir tjörnum, eða bara framsætinu; miklu nær en þótt ég sæti lifandi við hliðina á honum og áhrifameiri í fjarverunni en þótt við stoppuðum á leiðinni og elskuðumst af öllu hjarta holdi og blóði, eins og okkur einum var lagið frá því við tókum upp á því.

Ekkert gerist um leið og það gerist. Allt gerist eftir á nema það sem hefur þegar gerst þegar það gerist. Ég sat ein heima hjá mér í sófanum þar sem við Hans höfðum setið og núna fyrst var það að gerast sem hafði gerst undir morgun.

Mér fannst eins og fyrsti morgunninn okkar og dagurinn væri einhvers konar afrek sem gæti varla hafa verið unnið áður. Og það sem var núna að gerast í tímanum hlaut að vera afrek, afrek í aðskilnaði, að ég skyldi geta sent hann einan norður, í bláa sportbílnum sínum, út á sumarnóttina á veginum.

Ég hafði ekki hitt á óskastund af því ég var ekki að óska mér neins. Það eina sem ég hafði óskað mér heitt í langan tíma var að vera komin í Skaftafell þegar ég var í útlöndum árinu áður. Nei það getur ekki heitið óskastund nema óskin sé einhver, en ég hafði hitt á nokkuð sem mér fannst að gæti varla hafa komið fyrir margt fólk. En þó eitthvað hefði komið fyrir mig var ekki endilega víst að sama máli gegndi um Hans. Það leit út fyrir að svo væri, en ég vissi að það var samt ekki þar með sagt.

Mér fannst næstum ógnvekjandi að svona mikil tíðindi gætu orðið upp úr þurru. En ég var syngjandi glöð þótt þetta væri óvænt, kannski af því það var svo óvænt, og ég var þakklát. Annars var það ekki sérlega líkt mér að vera þakklát. Ég held að fólk sem er alið upp eins og ég sé ekki mikið á þeirri línu. Því finnst allt sjálfsagt.

Ég fór í skoðunarferð að reynitrénu í garðinum mínum þar sem kossar tókust í síamstvíburastellingu. Ég hugsaði að nú væri Hans kannski kominn í Vatnsdalshóla, og þyti eins og byssubrenndur á bláa sportbílnum, milli óteljandi hóla, einn á veginum í rykmekki sem hann býr til sjálfur, og sólin aftur farin að rísa, sístarfandi hnöttur um hábjargræðistímann.

Það var liðið að jólum þegar ég sá Hans Örlygsson næst, að kvöldlagi, undir ljósastaur í Tryggvagötu. Hann var við annan mann og þeir voru góðglaðir. Það lá við ég sæi á þeim að þeir hefðu drukkið ótæpilega af jólaglögg.

Ég þakkaði honum fyrir síðast en það var eins og að skvetta vatni á gæs og hann þakkaði sömuleiðis eins og við hefðum hist í barnaafmæli. Bregður hvorki við sár né bana, hugsaði ég, og svo kynnti hann mig fyrir Guðmundi vini sínum.

Þið hafið ekki drifið ykkur á Skjaldbreið síðan síðast, sagði ég.

Guðmundur varð hvumsa við, en Hans sagði að þeir hygðu fljótlega á aðra ferð. Þetta hefði verið alveg ógleymanlegt. Vinur hans horfði hissa á hann. Það var hraglandi og ég var ekki nógu vel klædd. Ég flýtti mér að kveðja þessa kátu drengi með virktum og mér sýndist örla á vonbrigðavipru við munnvikin á Hans.

Um leið og ég steig inn í Fíatinn minn, við Bæjarins bestu, sá ég að þeir voru komnir í pylsuröðina þrátt fyrir óhagstætt veður. Ég tók eftir því að kápan mín var skakkt hneppt. Mér þótti það verra og ég var viss um það hafði ekki farið fram hjá þessum eftirtökusama manni.

Þegar ég kom heim á Rauðarárstíg tók ég símann úr sambandi. Rétt eftir að ég var farin í háttinn var dyrabjöllunni hringt nokkrum sinnum en ég svaraði ekki.

Það var liðið á umhleypingasaman janúar þegar hann slapp inn til mín öðru sinni. Það gerðist á sama hátt og í fyrra skiptið. Ég hafði sofnað í sófanum út frá sjónvarpinu, og ég ýtti á hnappinn um hánótt, án þess að spyrja hver væri á ferð.

Það gat ekki verið neinn annar en hann sem fór þar, í brakandi frosti, undir fullu tungli og flestum stjörnum. Snjórinn var þykkur á trjágreinum og svo fastur að það var erfitt að hugsa sér að hann mundi nokkurn tímann þiðna. Heiðgult tunglið hékk í glóandi blágrenitrénu. Hans horfði út í garð og sagði ekkert svo ég lýsti því yfir að stóra tréð með tunglinu í gæti orðið fimmhundruð ára gamalt. Hann horfði á mig sem hann gerði annars ekkert mjög mikið af og sagði: Ég man það.

Er enn verið að drekka jólaglögg á þínum vinnustað? spurði ég, því Hans var slompaður þótt hann bæri það vel að vanda.

Þú átt nú eitthvað betra en það, ef ég þekki þig rétt.

Ég bauð honum freyðivín sem ég átti kalt í ísskápnum af einhverri ástæðu. Honum fannst mikið til um búskapinn hjá mér. Svo byrjaði hann langa ræðu um félag sem hann var formaður í, Dusil hf. Dusill í nefnifalli, beygist eins og eitill. Dusill var stytting á dusilmenni. Þetta var fámennasta félag á landinu, með þremur fullgildum meðlimum. Hans sagði að það væri ekki fyrir skort á dusilmennum, hins vegar fengju engir inngöngu nema úrvalsmenn á þessu sviði, það þyrfti að vera hægt að segja um þá með sanni að það væri leitun á öðrum eins dusli. Hans sagði að formennskan í félaginu væri róterandi, eftir því hvað menn hefðu unnið sér nýjast til frægðar í dusilmennsku.

Og þú ert formaður núna.

Já, sagði hann og varð skrýtinn á svipinn.

Hann skoðaði kampavínsglasið gaumgæfilega og honum var það óhætt, því þetta er vandað glas úr hnausþykkum kristal.

Og þú steigst skrefið til fulls og giftir þig, sagði ég. Þennan fróðleik hafði ég úr Morgunblaðinu.

Hann varð enn skrýtnari á svipinn, það má hann eiga, og sagði svo: Það bjargast hver eins og best hann getur.

Ég horfði á hann og ég var helst á því að hugsa nánar um þessa véfréttarsetningu á morgun þótt það væri hæpið að mér mundi endast dagurinn. Hvað átti maðurinn við? Að hann hefði gift sig til fjár?

Ég hugsaði eins og ég hafði gert áður að við hefðum tæpast verið í sama rúmi einn morgun og einn dag fram á kvöld í júní. Enginn sem hefði lent í svipuðu og ég gerði þá gæti hafa gifst annarri manneskju nokkrum mánuðum seinna. Nema það sé ekki að marka neitt sem gerist, ekki einu sinni það sem mestu skiptir, það sem gerir lífið þess virði að lifa því, eins og það heitir. Og ef það var ekki einu sinni að marka það, var lífið þá þess virði að því væri lifað?

Ég skálaði við Hans og hann fór út í aðra sálma. Hann sagði frá Öræfasveitinni og störfum sem hann hafði gegnt þar í æsku, innan fjóss og utan. Hann talaði um jöklabirtuna, birkið, leirurnar við sólarupprás, og ég mundi hvað ég hafði haft mikla heimþrá fyrst þegar ég hitti hann í útlendri borg, fyrir einu og hálfu ári, hvað mig hafði langað í Skaftafell, og var ekki enn farin að fara þangað; hvað ég hafði trúað mikið á þá ferð sem ég fór aldrei.

Ég lét hann tala og drakk freyðivínið og ég var forlyft eins og yfirleitt þegar ég drekk eitthvað af því tagi þótt ég reyndi að vera stillt. Einu sinni sem oftar þegar hann komst hnyttilega að orði flissaði ég þó hömlulaust, og mér sýndist honum bregða.

Þegar mér fannst tími til kominn stóð ég upp og sá að hann horfði á mig svolítið umkomulaus.

Þú ratar, sagði ég og steig nokkur skref í áttina að sérsmíðaða stiganum mínum.

Ég ætti náttúrlega ekki að syndga meir, sagði hann sakbitinn, en fylgdi mér strax upp.

Ég settist á rúmið og hann kraup við fæturna á mér og kyssti iðnum vörum, upp úr og niður úr, eftir kúnstarinnar reglum, og vanrækti ekki tærnar.

Hann klæddi sig úr og ég horfði á uppáhaldslíkamann minn í öllum heiminum koma í ljós og mér var sama þótt ég yrði bráðkvödd, bara að það væri ekki fyrr en eftir þetta skipti.

Ein stjarna sigldi fyrir gluggann og tunglið var komið á hraðferð milli skýja þegar ég fór undan sænginni og opnaði gluggann. Ískalt loftið flæddi inn, alla leið ofan í lungu, svo ég tók andköf. Ég hélt að elskhugi minn hefði blundað eftir átökin, en hann kom til mín út á gólf og faðmaði mig og sagði: Þú ert stjörnubjört, og ég veit hvað hann átti við, því stjörnur og tungl unnu að því saman að varpa á okkur janúarnæturskímu. Við stóðum grafkjur í kalda loftinu, og önduðum á hvort annað, í hálsakot, og hann lék sér að því að taka síða hárið mitt og vefja því utan um úlnliðinn á sér og höndina.

Hvert kemstu nú? spurði ég.

Hann hristi höfuðið og sagði: Hvorki lönd né strönd.

Eftir dúk og disk, þegar við skriðum gegnköld undir sæng, tók hann til við að ylja mér og móta mig af ástríðu og útsjónarsemi, eins og ég væri lifandi höggmynd sem hann hefði milli handanna. Þetta var mikið starf og þegar honum þótti fullunnið sofnuðum við bæði á sama andartaki að ég held.

Ég rumskaði þar sem ég lá hálf ofan á manninum, í mjög frumlegri svefnstellingu. Hann fann að ég losaði svefninn og strauk mér bakið og hálsinn, hnakkann, upp á hvirfil.

Ég flýtti mér að festa Hans Örlygsson í minni þar sem hann hvíldi hálfsofandi eða steinsofandi; viljasterka hökuna sem dugði honum þó ekki til þess að forðast mig, ég fyrirgaf hökunni, smákyssti varirnar, þreyttar eftir allt kossastandið, og neðri vörin miklu þykkari en sú efri, jafnvel ókysst. Ég fór líka vörum um kúpt ennið, og skoðaði nákvæmlega andlitssvipinn sem mamma mundi segja að væri heiður, en ég mundi kannski nota önnur lýsingarorð fyrst, ef ég væri spurð. Ljósa hárið hans var núna styttra en ég hafði séð það áður, og talsvert dekkra en þegar ég hitti hann á kastalatröppunum fyrir einu og hálfu ári.

Og ég notaði tækifærið, víst það síðasta, til þess að strjúka líkamann, bringu og axlir, og kyssa augnlok og hjúfra mig að þykka líkamanum öllum, með mjúka hýjungnum á lærunum, fótunum, bringunni og finna hann taka utan um mig alveg mátulega fast, alveg mátulega laust, en það er ein af hinum miklu sérgreinum hans.

Ég fann að hann var vaknaður en hann lá grafkjur meðan líkamarnir fengu að anda í takt og kveðjast. Þar kom að hann losaði takið á mér og gróf úrið sitt undan reyfinu af okkur báðum sem lá í flækju við rúmstokkinn. Ég sá að honum brá þegar hann leit á klukkuna.

Hann klæddi sig í hasti og ég dáðist enn að því hvað hann var fallegur í laginu og alveg eins og hann átti að vera til að þóknast mér sérstaklega.

Þegar hann var kominn í fötin stóð ég upp í rúminu til þess að kveðja hann, strauk honum hárið, meðan hann faðmaði mig og lagði höfuðið að bringunni á mér. Það féllu engin orð önnur en þau að ég sagðist ekki ætla að fylgja honum til dyra. Hann leit upp til mín og brosti. Ég settist þá á rúmið og hann tyllti sér hjá mér, eitt andartak, og þrýsti hendurnar á mér eins og til þess að hughreysta mig.

Þegar hann gekk stigann niður í stofu var ég ekki döpur heldur þakklát fyrir að hafa gleymt mér inn í þétt faðmlag Hans Örlygssonar, fyrir að hafa fengið að sofa ofan á honum í draumi. Nú mátti ekki hugsa: það var sjaldan og stutt, heldur átti að hugsa, það voru forréttindi, óverðskulduð. Um leið mundi ég að þetta djúpa þakklæti var ókunnug tilfinning, og mér fannst að það vissi kannski ekki á gott.

Þegar hann var búinn að klæða sig í frakkann og loka dyrunum niðri, langaði mig að hafa sagt við hann: Þú ert nítjándi elskhuginn minn, en þú ert langbestur. Þó voru þeir allir góðir. En það hefði hljómað einkennilega og væri sjálfsagt eitt af því sem er ekki hægt að segja upphátt.

Þetta hugsaði ég áfram þegar ég heyrði hann ganga niður útidyratröppurnar. Ég lagðist út af og breiddi sængina upp fyrir haus. Samt var fótatakið lengi að deyja út á gangstéttinni og ég hugsaði um það að hann hafði gift sig ekki löngu eftir júnímorguninn og daginn. Engar tvær manneskjur gátu hafa verið nær hvor annarri en við vorum, eftir á að hyggja, strax í útlöndum, og áfram einn morgun og daginn sem kom á eftir fyrsta morgninum, og svo síðustu nótt. Hann sagði um einhverja rós að hún væri rauðari en rauð og ég skildi hvers vegna: af því hún var ekki rauð. Eins var um ástina milli okkar: hún var heitari en heit, af því hún var ekki heit. Þetta var svo köld ást að við náðum algjörlega saman. Ef ástin er of heit varnar hitinn því að sálirnar nálgist og líkamarnir. En köld ást er sennilega afar varasöm af því hún skemmist ekki, og okkar ást þar að auki í hólfi sem ekkert loft kemst að.

Síðari hluti vetrar leið, vorið sumarið, haustið var næstum því liðið. Það hafði rignt mjög mjög mikið. Ég var alltaf á leiðinni til útlanda eða upp í sveit, en ekkert hafði orðið úr ferðalögum.

Í október hringir Hans um hánótt. Ég er syfjuð

á næturnar og ég tek símann úr sambandi. Það er ekki liðið kortér þegar hann hringir dyrjabjöllu. Ég tek upp dyrasímann. Hann segir: Þetta er ekki hægt. Ég legg á. Það er nýtt að skella á fólk í dyrasíma.

Í hádeginu daginn eftir sá ég hann á Laugavegi með konunni sinni. Hún var komin langt á leið og ljómaði eins og óléttar konur gera einar. Við hliðina á henni var maðurinn sem reyndi allt hvað af tók að komast inn til mín fyrir átta tímum. Ég veifaði honum glaðlega. Hann veifaði á móti, ekki glaðlega. Ég heilsaði konunni ekki, því ég er ekki málkunnug henni.

Ég svaf illa um nóttina. Mig dreymdi rugl, eltingarleik við mink á arfahaug, okkur pabba blóðrisa í hraungjótu, á flótta undan morðingjasveit. Ég var ekki viss þegar ég vaknaði og leit út um gluggann hvort mig væri enn að dreyma, því jörðin var hvít. Eftir fyrsta kaffibollann áttaði ég mig á því að það var ekkert skrýtið við það. Sá árstími var kominn að það var allra veðra von.

Fyrsti snjórinn hafði komið Reykvíkingum alveg á óvart eins og venjulega. Ég sá þrjá árekstra á leiðinni í laugarnar. Á bílastæðinu við laugarnar lék ég mér að því eins og börnin að stappa á frosinn poll. Maður sem var að læsa stórum svörtum jeppa leit við þegar brestirnir heyrðust og horfði forviða á mig, fullorðna manneskjuna.

Ég var að treysta lungun í kafsundi þegar ég fékk spark í mjöðm svo mér fataðist. Ég skaust upp á yfirborðið, hóstandi, og sparkarinn rétt á eftir. Hann tók af sér sundgleraugun og baðst afsökunar. Þetta var sami maður og stóð mig að verki við pollinn. Hann var svarthærður, orðinn svolítið gráspengdur. Laglegur maður með andlit sem hefði sómt sér vel á ástsjúku skáldi á rómantíska tímanum; dökk og döpur möndluaugu með löngum augnhárum, bogið nef, fremur þykkar hjartalaga varir og munnvikin vísa niður. Hann var áberandi gulbrúnn á hörund.

Við töluðum saman úti í miðri laug eins og við hefðum þekkst lengi. Við gerðum septemberrigningum skil, októbersnjóum, og vægu frostinu um morguninn. Hann sagði að sér þætti veturinn kominn, eins og núna, þegar Esjan væri alhvít. Hann ljóstraði því skyndilega upp að hann héti Erlingur, hann vissi hver ég væri, og spurði svo jafnharðan hvort ég vildi ekki koma með honum út að borða í kvöld. Ég sagði strax já, ef honum væri sama þótt ég kæmi á hækju. Hann brosti snögga brosinu sínu – það er eins og ljós sem er kveikt og slökkt jafnharðan. Þetta var viðfelldinn maður, viðfelldinn. Það er skrifað á skallann á honum, eins og mamma mundi segja.

Ég sá ekki fyrr en við vorum búin með fordrykkinn, að Guðmundur, vinur elskhuga míns, sat á þarnæsta borði. Ekki er auðhlaupið frá þér, hugsaði ég, alls staðar ertu, alls staðar viltu vera. Og það var satt, þú hafðir þann metnað að þröngva þér í hugskot mitt, núna með óvæntri aðstoð frá vini.

Ég heilsaði Guðmundi þegar færi var á og ég sá að konan hans pírði á mig augun bak við þykk gleraugu. Maðurinn var afar vandræðalegur. Hann er fremur sérkennilegur í útliti, hávaxinn, handleggjalangur og mjór, með skásett augu og há kollvik. Hann minnir á varfærinn Kínverja og er algjör andstæða vinar síns Hans Örlygssonar, sem lítur út eins og fullhugi með listrænu ívafi eftir að hann lét burstaklippa sig, kannski eins og flugkappi og skáld í einum og sama manni.

Við Erlingur sátum fram eftir kvöldi og brutum

skeljar. Vinurinn á þarnæsta borði truflaði mig ekki, það hlakkaði í mér þegar á leið og ég vonaði að Hans Örlygsson frétti með hraði hvað ég var að sýsla.

Ég fór heim með Erlingi. Hann á heima í stórri íbúð á Kvisthaga, með útsýni yfir sjóinn milli húsa á Ægisíðu. Það var rok þetta kvöld og tvær langar og krangalegar greinar á gömlum silfurreyni lömdust við eldhúsgluggann. Laufin sem enn löfðu á trénu voru daufbrún og snjáð. Það grillti í hvítar haföldur og ljósin á þremur skipum sem lónuðu við sjónarrönd.

Tvær Kjarvalsmyndir voru í stofunni, báðar úr hrauni, og önnur með þannig bungum að mann langaði að leggjast í þær og hverfa, óttalaus við allar vættir, góðar eða illar. Ég hafði einhvern tímann heyrt talað um söguhetju í bók sem vildi deyja inn í málverk, Útsýn yfir Delft eftir Vermeer. Ég varð sjálf gagntekin af þeirri mynd þegar ég sá hana á safni. Hins vegar voru þessar mosabungur það sem ég hefði viljað hverfa í, og notalegra kannski heldur en að safnast inn í þorp.

Erlingur var skilinn, átti tvö stálpuð börn. Konan hafði verið honum ótrú, næstum frá upphafi, og ekki alltaf með þeim sama. Hún var drykkfelld. Hann kallaði hana sparikonu. Hann hafði elskað hana en sagðist vera hættur því. Svo sýndi hann mér mynd af henni tvítugri. Þessi dökka og fágaða kona sýndist vera hreinlífið uppmálað, og til að árétta það hékk útflúraður silfurkross með stórum gulum steini um hálsinn á henni. Ég sá allt í einu að konan var áberandi lík Erlingi, hún hafði sama yfirbragð, sömu möndluaugun, sama gulbrúna hörundslitinn.

Hvað heitir hún?

Hún heitir Halla.

Erlingur bauð upp á extraspesíal koníak og talaði lengi um að hann væri hættur að elska hana – að hann hefði áhyggjur af börnunum. Mamma þeirra væri orðin svo heilsulaus. Hann sagði mér sjúkdómssögu hennar í smáatriðum. Það tók að minnsta kosti fjörutíuogfimm mínútur, heila kennslustund. Mér fannst alveg merkilegt hvað hann talaði mikið um konuna. Nema hann hefði þá ekki haft tækifæri til þess að tala um hana við neinn annan en mig. Það mátti þó mikið heita því þau voru skilin fyrir fimm árum. Mig langaði að fara en mér fannst kurteislegra að sjá til. Um leið hugsaði ég: hvernig skyldi maðurinn hafa verið ungur, um tvítugt? Dapur, alltaf nokkuð dapur, þó ekki eins og núna. Stundum er eins og það sé verið að refsa fólki fyrir eitthvað. Honum fyrir að hafa fest ást á bilaðri konu, og ekki væru öll kurl komin til grafar.

Hún elskaði annan mann og gerir enn. Hún fær ekki að gleyma honum, því hann vill ekki sleppa henni þótt hann ætlist ekkert fyrir með hana, notfærir sér veikleika hennar. Og börnin hafa horft upp á þetta allt. Ég efast um að hún eigi langt eftir ólifað.

Það fólk lifir oft lengst.

Hann horfði á mig og skipti litum, að svo miklu leyti sem það er hægt fyrir fólk með hans hörundslit.

Þú skilur þetta ekki, sagði hann.

Ég heyrði hvernig silfurreynirinn slóst við gluggann af auknum þunga, ég sá það ekki, og ekki heldur hið stóra eyðilega haf fyrir utan gluggann, ég greindi ekki lengur skipaljós eða öldutoppa. Eitt einasta ljós var kveikt í stofunni, á standlampa í horni og birtan frá honum var hvít og nöpur. Ég nældi mér í litla bronsstyttu af fornegypskum ketti með hring í eyra og strauk honum. Svo fór ég.

Daginn eftir hringdi Erlingur í vinnuna til mín. Hann stakk vafningalaust upp á að skreppa á Þingvöll og mér leist ekki illa á það. Það sást á Mosfellsheiði að tími bíltúranna var liðinn þetta árið; við mættum einum einasta bíl. Á Þingvöllum var tími haustlitanna um garð genginn og birkið hímdi hálfnakið og bjó sig undir storma og snjó. Laufin héngu dauf á stangli og naumast hægt að greina á þeim nokkurn lit. Það var moldarlitur á lyngi og fjöllin voru grá og mött í dumbungi og stafalogni. Við fórum í langan göngutúr í átt að Hrafnabjörgum, tíndum frosin bláber og átum. Erlingur sagði að sér þættu þau ekki verri frosin. Mér fannst það skrýtið.

Það lá tiltölulega vel á Erlingi. Hann var í svartri dúnúlpu með loðbryddaðri hettu og með vandaða ullarfóðraða skinnhanska. Mér datt í hug miljónamæringur og einfari sem vill ekki berast á og nýtur þess helst að vera í óspilltri náttúru, jafnvel þótt það sé í kuldanum norður á Íslandi. Erlingur sagði einn brandara í ferðinni, nokkuð góðan, og þá mátti ég hafa mig alla við að ná sérkennilega brosinu hans sem lifnar um leið og það deyr.

Mánuði seinna hitti ég börnin hans Erlings, Gyðu og Berg, sextán og fjórtán ára. Gyða líktist móður sinni, eftir myndinni að dæma. Bergur minnti hvorki á pabba sinn né mömmu, hann er ljóshærður og búlduleitur, og það sló mig að hann hefur sama háralit og Hans Örlygsson og svipaða líkamsbyggingu. Þetta voru hlédræg börn, greind og yfirveguð. Bergur var svolítið umkomulaus við nánari athugun, en það sást hvergi nema í augunum sem eru mjög sérstök á litinn, brún og græn, og minna á augu sumra katta.

Þar kom, milli jóla og nýárs, að ég gisti hjá Erlingi á Kvisthaga. Við sátum í gráa leðursófanum eins og svo oft áður og höfðum ekki sagt neitt um stund. Hann lagði höndina á magann á mér. Ég sat kyrr, stóð svo upp og tók í höndina á honum og leiddi hann inn í svefnherbergi.

Kvöldið eftir, sem var kvöldið fyrir gamlársdag, var ég heima hjá mér á Rauðarárstíg og skúraði gólf. Hans hringdi. Ég ætlaði að leggja á, en ég var of viðbragðssein eða hafði ekki brjóst í mér til þess. Hann var hátt uppi og talaði mikið um félagið sitt, Dusil. Hann sagðist hafa misst formannstitilinn af því hann hefði ekki verið eins afkastamikill í heimskupörum og vinir hans tveir. Ég sagði að mér þætti Guðmundur mjög ósennilegur maður til heimskupara en Hans sagði að hann leyndi á sér í því efni. Hann var bráðsmellinn í löngu máli svo það hálfa hefði verið nóg, og ég þakkaði mínum sæla að þessi símamaður var ekki á mínum vegum. Um leið fann ég einkennilega til með honum að vera hringjandi þetta í mig á næturnar, eftir að svona langt var um liðið, næstum heilt ár, og hvað þetta væri eiginlega með hann.

Ég vildi ekki að hann færi að ríða húsum hjá mér eins og hann átti til að loknum næturhringingum. Til þess að fyrirbyggja það spurði ég um litla barnið. Það sljákkaði verulega í honum eins og ég ætlaðist til og hann sagði að það hefði fæðst í október.

Símtalið varð nokkuð endasleppt og Hans kom ekki og hringdi dyrabjöllu eftir hætti. Mér fannst það allt að því dularfullt að hann skyldi einmitt gera vart við sig daginn eftir fyrstu nóttina okkar Erlings.

Pabbi og mamma höfðu veður af því að ég væri búin að koma mér upp kærasta. Mamma frétti allt um Erling og Höllu frá systur sinni sem er óbrigðul heimildamanneskja um einkahagi Reykvíkinga allt frá fyrra stríði. Pabba og mömmu leist ekki á blikuna, en þau eru síviliserað fólk og sögðu fátt. Þó reyndi mamma einu sinni að ræða við mig undir fjögur augu, heima í Hörgshlíð. Hún sagði að það kæmi auðvitað ekki til greina að skipta sér af mínum málum. Hins vegar sæju vinir og ættingjar stundum skýrt hvar skórinn kreppir af því þeir þekktu sitt heimafólk. Hún sagðist vona að við Erlingur færum ekki að búa saman. Það væri ekkert grín fyrir mig að taka að mér tvo unglinga og Erlingur væri of gamall fyrir mig og skaddaður af löngu og erfiðu sambandi við tjúllaða konu. Þar að auki væri hann þunglyndur maður og óskemmtilegt að umgangast svoleiðis fólk.

Það geta nú ekki allir verið jafn léttir og þið pabbi, sagði ég.

Það þykknaði í móður minni og hún bað mig að hugsa mitt ráð mjög vandlega. Hvorki ég né aðrir ættu nema eitt líf og það væri stór ábyrgð, ekki síst gagnvart sjálfum sér, að ráðstafa því vel. Hún sagði að ég yrði ekki hamingjusöm með Erlingi.

Ég skil ekki orðið hamingja, ekki nema það sé verið að tala um stuttar stundir, kannski tvö heil kvöld í einu lífi, svo fimm til tíu mínútur stöku sinnum, og slatta af andartökum. Hamingja í bráð og lengd er klisja úr amrískum bíómyndum.

Við pabbi þinn erum hamingjusöm. Og nú var mamma eldrauð í framan og reglulega reið.

Ég skal ekki rengja þig um það. Kannski erum við ekki að tala um sama hlut. Ég skil orð eins og sálarró, og sæmilega líðan. En ég skil ekki hamingju.

Það hlýtur eitthvað að hafa komið fyrir þig, Samanta mín. Hvað var með þennan pilt í flugstöðinni, þennan Hans Geirlaugsson?

Ég hló af því mamma hafði snúið svona glæsilega út úr nafni elskhugans.

Hún horfði hissa á mig, en ég hirti ekki um leiðréttingar og sagði að við skyldum vona að það hefði eitthvað komið fyrir mig. Það væri þokkalegt að lifa og aldrei kæmi neitt fyrir.

Fyrirgefðu Samanta mín að ég er að fitja upp á

þessu að fyrra bragði. En ég á nú bara þig.

Þetta er tóm eigingirni í þér. Þú vilt endilega eiga barnabörn sem eru komin af þínum eigin genum.

Mamma hafði húmor fyrir þessu og hló, en sagði svo að hún vonaði auðvitað að hún fengi ekta barnabörn þegar fram liðu stundir og bætti við að ég hlyti að vera manneskja til þess að búa þau til sjálf.

Er ekki göfugra að taka þau í fóstur sem vantar mömmu?

Hún er nú á lífi hún mamma þeirra þótt það sé gasalegt ástand á henni á köflum. Það er einhver ógæfa yfir þessu fólki Samanta mín. Þú athugar að þú getur ráðið því hvort þú lifir í ljósi eða skugga.

Pabbi kom heim úr vinnunni. Mér fannst hann miklu þyngri en hann á að sér að vera. Það var eins og hann hefði elst um nokkur ár á fáeinum vikum. Skrýtið að þau skyldu hafa svona miklar áhyggjur af þessu með okkur Erling. Eins og þetta væri svona slæmt. Hvað vildi þetta fólk ? Hér var prúður og vel efnaður maður, viðfelldinn, vel innrættur og góður elskhugi, þótt þau gætu náttúrlega ekki vitað vissu sína um það síðasta.

Erlingur sótti fast að ég flytti heim til hans. Ég leigði íbúðina mína í byrjun apríl og flutti sumt af mínu hafurtaski á Kvisthaga. Annað geymdu pabbi og mamma fyrir mig: tvíbreiða Dux-rúmið, gulbrúna rúskinnssófann, skenkinn og nokkra stóla, því ég tímdi ekki að selja neina innanstokksmuni. Fíatinn seldi ég hins vegar, því Erlingur átti tvo veglega bíla, og mæltist til þess að ég losaði mig við litlu tíkina.

Þegar ég var búin að tæma íbúðina og fór alsíðustu yfirferð með gólftuskuna á Rauðarárstíg stóð ég mig að því að virða fyrir mér ilmreyninn í garðinum sem var vettvangur elskenda nokkurra í fyrsta kossi fyrir tveimur árum og héngu saman á síðunum eins og síamstvíburar. Þá var reynitréð alklætt, en nú voru hvorki lauf né snjór til að hlífa því. Í blágrenitrénu þar sem hékk einu sinni tungl þegar elskhuginn var í heimsókn sat nú vetrarþröstur og söng ekki neitt. Það yrði léttir að flytja og þurfa ekki að hafa þessa óbrotgjörnu minnisvarða fyrir augunum.

Nokkrum dögum seinna var Halla flutt á spítala og gekkst undir móðurlífsuppskurð. Á meðan voru Gyða og Bergur hjá okkur Erlingi á Kvisthaga og þau fóru með pabba sínum að heimsækja hana á hverjum degi. Í eitt skipti rakst hann á hinn manninn, sem hafði komið með fangið fullt af ótrúlega stórum rauðum rósum. Erlingur velti því lengi fyrir sér hvar hann hefði getað náð í þessi blóm og talaði síðan látlaust um Höllu, í fortíð nútíð og framtíð.

Gyða og Bergur voru þægileg í umgengni, en vinnan á heimilinu jókst til muna þegar þau voru. Mér fannst ég vanrækja starfið hjá forlaginu. Ég mundi hvað ég hafði alltaf verið andvíg því í huganum að stumra yfir fjölskyldu. Núna var ég á bólakafi í innkaupum, ræstingum, matseld og þvottum, og það fyrir fjölskyldu sem ég hafði ekki einu sinni búið til sjálf heldur tekið í arf frá alkohóliseraðri konu úti í bæ. Um leið sá ég að Gyða og Bergur þurftu meira á mér að halda en einhver ófædd börn. Þau urðu fljótt hænd að mér, og það var skrýtið því ég talaði ekki mikið við þau að fyrra bragði. Þau sýndu mér bæði traust í ýmsum myndum. Bergur gaukaði að mér teikningu af fólki í heyskap sem hefði sómt sér vel á auglýsingu frá Mjólkurbúi Flóamanna.

Gyða var að lesa Músina sem læðist og vildi ræða hana við mig.

Einn sunnudaginn bauð ég pabba og mömmu í mat. Þau reyndu að vera eins og þau áttu að sér, spaugsöm og spræk, en í rauninni voru þau stórlega þvinguð og brandarar pabba féllu um sjálfa sig. Mamma datt í gamla kækinn sinn, hún saug léttilega upp í nefið, ótt og títt, eins og hún á til að gera þegar hún er reglulega stressuð og mikið liggur við. Ég dáðist að Erlingi, hann lét eins og ekkert væri og lék fullkominn gestgjafa. Á honum var ekki að sjá smæsta merki um taugaóstyrk. Gyða og Bergur fundu hvað klukkan sló og það var varla hægt að toga upp úr þeim orð. Mér fannst það með ólíkindum að pabbi og mamma væru hreint út sagt miður sín yfir því að ég væri með þessum ágætismanni sem bjó svona vel.

SÍMINN HRINGIR. Það er spurt eftir Samöntu Einarsdóttur. Ég segist ekki vera við. Nú, er þetta ekki hún sem talar? Nei, hún er ekki hér, segi ég og legg á.

Það er þó hverju orði sannara að mig langar ekki að vera þar sem ég er. Mig langar til Portúgal þar sem ég lá á ströndinni fyrir tveimur árum, þar sem ég sat í sandinum um kvöld og lítil frænka spilaði á gítar. Ég þrái þann tíma, tímann áður en það brast á með Hans Örlygsson. Ég á líklega aldrei eftir að skilja almennilega um hvað það mál snýst, og ég þekki ekki manninn. Það er ekki einu sinni víst að mér mundi líka alls kostar við hann, ef ég þekkti hann. Og mikið var skrýtið á honum upplitið á Laugaveginum í gær.

Ég nenni ekki að bíða eftir því að vinnufélagarnir komi úr löngum hádegismat. Enn á ég ódrukkið hálft sjerríglas, en nú er drykkurinn orðinn moðvolgur og ekki góður á bragðið lengur svo ég helli restinni í vaskinn. Ég set þrjár blaðsíður af teikningum í töskuna mína. Það eru svissnesku bjálkakofarnir sem ég hef verið að rissa, hvern á eftir öðrum. Það væri líkara mér að henda þessu.

Ég fer rúnt á skrifstofunni minni. Þótt ég sé ekki ein af þeim sem tekur vinnu með sér heim um helgar, safna ég saman prófförkunum að ljóðaþýðingunum mínum og sting þeim líka í töskuna. Stundum hef ég kennt þeim um hvað ég fór flatt á Hans Örlygssyni. Don Kíkóti las yfir sig af riddarasögum og fór að sjá veruleikann í brengluðu ljósi. Kannski ég hafi lesið yfir mig af indverskum ástarljóðum.

Ég drolla við að mála mig og dusta af mér kusk, eins og ég ætli að fara að gera eitthvað sérstakt og mikið liggi við að hvergi sé blettur eða hrukka. En ég get sparað mér þá fyrirhöfn að greiða hár mitt, því ég er næstum búin að láta snoða mig og er kölluð Sinéad O'Connor í vinnunni.

Ég rek tærnar í útidyraþröskuldinn og ligg kylliflöt á gangstéttinni fyrir hunda og manna fótum. Það er tekið í höndina á mér. Ég stend upp og það er Hans Örlygsson sem blasir við mér á Laugaveginum, í annað skipti á tveimur dögum.

Ég er fljót að sjá að þetta er fyrirsát því bláa sportbílnum er lagt beint fyrir framan vinnustað minn. Það er vel af sér vikið að nappa mér hér og nú því ég er vön að hætta hálfþrjú á föstudögum og klukkan er rétt rúmlega hálftvö.

Eftir að hafa hjálpað mér á fætur breytir hann fyrirsátinni í brottnám og hrindir mér beinlínis inn í bílinn og skellir hurð, nema ég hafi þá ekki streist nóg á móti í undrun minni.

Ég vil ekki láta sjá mig með þér í bíl. Ég bý með manni.

Hann segist ekki ætla langt.

Hann keyrir niður á Skúlagötu og fer með sundum, í austur. Ég þegi þunnu hljóði, nota hálsklútinn fyrir slæðu og bind undir kverk, svo vegfarendur beri síður kennsl á mig.

Það getur einhver séð okkur, segi ég á Ártúnshöfða. Um leið lít ég á andlitið sem ég þekki betur en önnur andlit þótt ég hafi tiltölulega sjaldan verið nálægt því. Þetta er nokkuð stórskorið andlit, kinnbeinin há og augun djúpsett, ýmist blá eða grá eftir birtunni, þráðbeint nef, ferköntuð haka og þykk neðri vör.

Hann heldur um stýrið eins og það sé slegið gulli og smarögðum. Höndina þekki ég eins vel og mína eigin. Hún er þykk og breið, en fingurnir eru langir og mjókka fram. Það er eins og höndin sjálf og fingurnir komi hvort úr sinni átt, en það skrýtna er að þetta rímar þó saman og mér finnst það fallegt.

Þú verður tekinn ef þú keyrir svona hart.

Ertu eitthvað að kvarta? Finnst þér ekki gott að sitja í?

Ég ætlaði aldrei í þessa ferð. Það er frekja að hirða fólk svona.

En mér er runnin reiðin og ég hlæ innra með mér að þessu uppátæki og dreg slæðuna ofan í augu til þess að gera bíltúrinn enn fáránlegri.

Hvert ætlarðu?

Upp á Kjalarnes.

Í eilíft rok.

Við verðum í skjóli.

Við beygjum út af veginum skammt frá Saltvík og keyrum smáspotta í átt að sjónum. Slæðan fýkur af mér þegar ég fer út úr bílnum og Hans hleypur á eftir henni. Þetta er hárauð silkislæða með skærbláum blómum. Skrýtið að sjá hana á jörðinni milli sæbarinna steina. Hans hristir hana þótt það séu engin óhreinindi á henni og leggur um hálsinn á mér. Hann stelst til þess að strjúka mér kollinn í leiðinni og segir: Þú hefðir ekki átt að láta klippa þig. Þetta er alltof alltof stutt.

Og hann er mjög leiður á svipinn og horfir á mig eins og ég sé með umbúðir um höfuðið.

Við brjótumst móti vindi og stefnum á rúst-rauðan bjálkakofa, í brekku við sjóinn. Bláa grindverkið umhverfis er brotið, og það vex ekki neitt á blettinum annað en eitt skælt og sólbrennt furutré bak við hús. Ég er hissa að það skuli þó vera þetta, í særokinu. Kofinn sjálfur er eins og klipptur út úr Heiðu, það eru meira að segja gluggahlerar með útskornum hjörtum. Hver veit nema það heyrist í kúabjöllum þegar inn er komið. En umhverfið minnir ekki beinlínis á Alpana, þessi berangursbrekka við úfinn sjó, með útsýn yfir Hallgrímskirkjuturn og Keili.

Ég man allt í einu hvað ég er með í töskunni minni. Þrjár blaðsíður af bjálkakofum sem ég var að rissa í hádeginu, meðan ég rifjaði upp söguna. Kannski ég sé að breytast í miðil. Ég hlæ upphátt og förunauturinn horfir grafalvarlegur á mig.

Það er fúkkalykt inni og augljóst að enginn hefur komið hingað í vetur. Gluggakistur eru fullar af dauðum flugum, en það sést ekki rykarða á húsgögnunum sem eru útskorin úr ljósri furu. Það rykast náttúrlega minna upp við sjóinn. Þessi kofi sem hefði verið fullgóður í leikmynd fyrir Sound of Music er troðinn af leikmunum sem passa ekki í hann; slípuðum steinvölum, kuðungum, skeljum, ígulkerjum. Öllu nosturslega raðað í glugga og á borð. Á einum vegg, að sófabaki, er plakat með íslenskum fiskum; lúðu, sædjöfli, lýsu. Í glugganum sem snýr út að sjónum hanga þurrkaðar rósir í tugatali. Þær eru dökkar af elli og sól og mér dettur í hug að við Hans séum hundelt af svörtum rósum. Ég man að ég hef aldrei sagt honum frá Roisin dubh, og ummælunum furðulegu um endalok allra rósa, og ekki væri þetta staður eða stund. Ég segi ekki neitt og skoða betur hinn sérstæða innanhússarkitektúr, þar á meðal fiskinet og netakúlur sem hanga við gluggann, í seilingarfjarlægð frá skorpnuðu rósunum.

Svakalega varstu afundin við mig á Laugaveginum í gær, segir hann upp úr eins manns hljóði.

Ég var að flýta mér. Og hvað í dauðanum viltu mér eftir allan þennan tíma?

Eitt og hálft ár, segir hann að bragði, og þegir svipbrigðalaus meðan hann bjástrar við að kveikja upp í kamínunni. Það veitir ekki af, því hér er enn hráslagalegra en úti. Ég geng að eldinum og ber mér að sjómannasið, bæði til þess að hlýja mér og til þess að skemmta bílstjóranum. Hann finnur gamla tepoka, sem hann heldur þó að megi nota, og kveikir á gasi til þess að hita vatn.

Vinur, hví dregurðu mig inn í þennan voðalega bjálkakofa?

Við leitum að týndum blöðum, segir hann strax, betur heima en ég hefði haldið.

Það verður aldrei bók úr því.

Við sitjum í snjáðum sófa með jurtalituðu áklæði og drekkum te, brennheit að framan og ísköld að aftan eins og fólk er sem snýr að eldi. Hans leggur frá sér bollann og strýkur mér höfuðið, varlega, varlega, eins og ég hafi orðið fyrir höfuðhöggi og hann sé að kanna hvort kúpan hafi dældast. Hann er svo mæddur í framan að það liggur við sjálft að ég beygi af.

Þetta er svo stutt að það stingur næstum því.

Konur sem eru farnar að eldast verða svo ankannalegar með sítt hár. Það klæðir þær ekki.

Þú ert ekki farin að eldast.

Ég er þrjátíu og tveggja. En ég var ekki nema tuttugu og níu þegar við hittumst fyrst.

Það kemur móða á augun og hann segist ekki geta gleymt mér þótt hann feginn vilji og þótt hann hafi reynt það og hann viti ekki hvað þetta sé. Hann biður mig afsökunar á því hvernig hann hefur komið fram.

Hann talar alveg rólega og horfir á mig og horfir ekki á mig. Hann leggur höndina yfir mína og strýkur mér handarbakið og milli fingranna. Það er eins og draumur að vera allt í einu hjá honum í alvöru því ég verð að viðurkenna að ég hugsa um hann á hverjum degi.

Ég segist heldur ekki geta gleymt og ég viti heldur ekki hvað þetta sé, en ég viti núna hvar það byrjaði, á kránni með skrýtna nafninu, þar sem við drukkum rauðvínið. Hún hét Á fullu gasi og þar byrjaði sagan: Einu sinni var regndropi sem læddist undir hálsmál á himinblárri skyrtu.

Það er nýtt að tala um tilfinningar við Hans Örlygsson og það hefur undarleg áhrif á líkamann. Mér hefur aldrei áður liðið á þurru landi eins og ég sé í lofti, um það bil að lenda. Loftþrýstingur breyttur, hella fyrir eyrum, skrokkurinn pressast í sætið. Þó er þessi langa lending meira á sjó en í lofti, undir ölduhljóði, mávagargi, í saltlykt.

Úr svona samtali fæst engin niðurstaða, en það er samt gott að tala og hefði átt að gerast fyrr þótt það hefði kannski ekki breytt neinu. Hans leggur sál sína á borðið og les upp úr henni eins og bók. Hann veltir því fyrir sér hvort svona lagað sé algengt. Ég get ekki annað en brosað og sagst ekki vita það. Og hann kemur upp um að hann er undrandi á því að ég skyldi taka saman við Erling. Hann hefur þá farið nærri um hvað var með mig og hann er þá ósvífinn eins og hann lítur stundum út fyrir að vera, og eigingjarn líka, því hann er vonsvikinn yfir því að ég bý með manni, þótt hann sé sjálfur bundinn í báða skó. Ég sé þetta glöggt, en mér er sama, ég er svo stolt yfir þessari ísköldu ást sem lifir á loftinu og neitar að lognast út af þótt hún megi ekki vera til.

Hver á þennan Heiðukofa?

Besti vinur minn.

Það hlaut að vera Guðmundur.

Hann spyr mig um Erling og ég segi að hann sé góður maður og ég ætli að gefa þessu nýja sambandi sjens.

Það skrýtna er að mér finnst ekki eins og hann sé að spyrja af hnýsni eða afbrýðisemi, heldur nákvæmlega af því honum sé annt um mig. Ég hef aldrei spurt um konuna hans og ætla ekki að taka upp á því núna, enda væri þá nær að spyrja um litla barnið þeirra. Og þetta er satt, að maðurinn sem situr við hliðina á mér eins og hann eigi heima þar, maðurinn sem mér finnst bestur, hann á nýtt barn, með konu úti í bæ. Sjálf á ég tvö stálpuð börn, með sambýlismanni og fyrrverandi eiginkonu hans sem hann getur ekki hætt að elska, hvað sem hann segir, verður að segjast eins og er. Mikið getur maður orðið þreyttur á öllu sem verður að segjast eins og er.

Við höfum setið saman í næstum klukkutíma. Það er orðið hlýtt inni og þögnin er mjög mikil þótt það snarki í eldinum, þótt það heyrist í öldunum þegar þær skella á landinu, þótt við heyrum lágar raddir okkar, þótt við heyrum mávana skrækja í flæðarmálinu og tvær maríuerlur tísta við kofann. Þær koma fram á gluggasyllunni, sperra stél, dilla sér, eru farnar, koma aftur eins og þaulæft par í fuglabrúðuleikhúsi.

Hans hneppir frá mér peysunni. Ég er ekki í neinu innan undir, aldrei því vant.

Þú varst bæði í klukku og koti síðast.

Þá var vetur.

Þar áður var fyrst og þá varstu í kóbaltbláum brjóstahaldara úr blúndu og þú varst að koma frá Portúgal og þú varst kaffibrún, með ljóst sítt hár. Og það var merkilegasti morgunn sem ég hef lifað og dagurinn á eftir og ég hugsaði ekki um neitt annað en þig eitt einasta andartak á veginum norður og ég borðaði nestið sem þú smurðir í einkennilegri blíðu við Norðurá og ég sá engan bíl, ekkert fólk, ég sá bara eina einustu lóu og hún kom furðu nálægt mér og söng innilegt saknaðardí, en ekki eitt einasta dírrin.

Þetta var þá sú ferð sem ég hafði ímyndað mér, og þó efast.

En ég hafði aldrei ímyndað mér að hann gæti talað á þennan hátt, að náungi sem var vanur að snúa öllu jafnharðan upp í grín, gæti tekið upp á því að játa allt, þegar minnst varði. Mér var fullkunnugt um karlmennsku hans á öðru sviði, en þessi karlmennska kemur alveg á óvart. Ég sé nýjan mann og ég hef nýja ástæðu til þess að dást að honum.

Um leið sé ég að hann hefur búið til úr mér minningapakka og bundið hann aftur með krossbandi og slaufu. Ég er hans liðna tíð, jafnvel þótt hann hafi farið burt með mig í dag. Þetta er brottnám til þess að innsigla endanlega það sem gerðist, en ekki til þess að brjóta blað, eins og brottnám ættu að gera. Að brjóta blað er líka útilokað mál. Hann er blýfastur í netinu sem hann hefur hnýtt sér af mikilli útsjónarsemi.

Við leggjumst í sófann og Hans heldur utan um mig eins og mig hefur dreymt að hann ætti kannski einhvern tímann eftir að gera á nýjan leik og hann vinnur við að strjúka mér og móta mig eins og ég sé höggmynd úr holdi beini og blóði. Ég bið hann að láta kjurt þótt það sé næstum ekki hægt.

Hann skilur að þetta má ekki og hneppir sjálfur peysunni minni, afar hlýðinn, eftir að hafa kysst axlirnar í kveðjuskyni. Það er rækilega gert, enginn blettur skilinn útundan, og eins gott, því að nú á hann víst ekki eftir að bæta um betur.

Við drögum ekki lengi að fara í bæinn svo Erlingur fari ekki að undrast um mig. Ég fæ sjokk við Grafarholt, því mér sýnist ég sjá hvíta Benzinn hans Erlings á undan okkur. Ég bið Hans að hleypa mér út í iðnaðarhverfinu við sjóinn í Vogunum og segist taka strætó þaðan. Hann stoppar við brotajárnshaug þar sem gráðugir mávar steypa sér eins og skranið sé æti.

Hans strýkur mér vangann og segir að þessi klipping klæði mig vel af því það sjáist meira af andlitinu á mér, en ég hafi bara haft svo fallegt hár að þetta sé alveg synd. Aftur kemur mæðusvipurinn á hann og ég má hafa mig alla við að gráta ekki. Í örvæntingunni dettur út úr mér fánýt spurning: Hvað eigum við að gera? Hann segist ekki vita það, við verðum að sjá til.

Ég veit auðvitað manna best að við getum ekkert gert, og síst af öllu séð til, því tíminn mun engu breyta um okkar mál. Ég segi að strætó fari að koma og skoða mjög vel hið kæra andlit áður en ég kyssi munninn einu sinni laust. Svo sný ég mér undan og geng spölinn að stoppistöðinni. Ég heyri þegar Hans tekur af stað og greini hljóðið í sportbílnum lengi áður en það blandast við umferðarniðinn.

Strætó kemur rétt strax. Það er einn farþegi í honum, gamall maður í óhreinum frakka, sem situr nálægt miðjum vagni. Ég sest í aftursætið og horfi á birkitrén milli Miklubrautar og Suðurlandsbrautar, hálfútsprungin ofurfínleg laufblöð á greinum sem sveigjast hastarlega fyrir vindi. Ég sit stjörf í sætinu mínu við gluggann. Það er eins og tröll hafi slæmt til mín hendi og haldi mér fastri. Þegar það losar takið finnst mér ég svigna, rétt eins og birkið fyrir stormi, og það stendur heima, það er slagsíða á mér þar sem ég sit.

Þetta jafnar sig kannski, segir gamli maðurinn sem lítur til mín um öxl, og ég átta mig á því að ég hallast á hina hliðina og er farin að gráta í strætó.

Þó er það ekki víst, bætir hann við.

Hann er með loðnar brúnir og agnarlítil skær augu langt inni í höfði. Víst er frakkinn hans óhreinn en hann er snyrtilegur að öðru leyti. Skeggið er klippt og brúnirnar líka. Ég sé ekki betur en hann líkist Hans Örlygssyni á gamals aldri.

Hvernig fór hjá þér, spyr ég.

Þú sérð það, segir hann.

Ég sný mér til glugga og trúi því tæplega að ég geti verið á leiðinni á Kvisthaga til Erlings og Höllu með silfurkrossinn. Ég sit stöðug um stund eins og krumla tröllsins hafi náð á mér nýju taki, en þegar hún sleppir mér hallast ég í nýrri hviðu af hverju sem þetta nú er. Maðurinn í dyrasímanum sagði: Þetta er ekki hægt. Og ég skellti á. Það var ekkert annað að gera. Allt var um seinan, þótt ég vissi það ekki nákvæmlega þá, ég vissi það ekki nákvæmlega fyrr en daginn eftir þegar ég sá hann á Laugavegi með mjög óléttri konu. En í rauninni var allt um seinan frá byrjun, af því að ekkert gerist fyrr en í huganum, eftir að það gerist.

Erlingur er enn þungbúnari en hann á vanda til þegar ég birtist um hálf sex. Yfirleitt er ég komin talsvert fyrr heim á föstudögum. Ég segist hafa farið í kaffi með Hildu og bið hann að afsaka að ég hafi ekki sinnt tilkynningaskyldu. Hann brosir sínu afarsnögga en ég sé að það er ekki allt með felldu. Hann hefur líka verið að horfa á myndina af Höllu því hún hefur enn verið færð úr stað.

Ég sé það á silfurreyninum að áttin hefur snúist, en ég get samt ekki sagt hvaðan vindurinn blæs. Það er eins og hann hraði sér úr öllum áttum til þess að splundra nýjum laufum á trénu, í lofti og á glugga, og breyta í sáldur, græna ösku sem ferðast um hvolfið og veldur myrkri um miðjan dag í borg suður í heimi.

Risadroparnir á rúðunum eru svo þéttir í hryðjunum að þeir renna saman við rigninguna í garðinum, við öldurnar á sjónum. Nú sést ekki lengur hvað er gluggi og hvað er haf.

Ég ætla að segja við Erling að það sé undarlegt

með glerið, þetta fljótandi efni, að maður geti skorið sig á því. En ég er ekki í skapi til að halda uppi samræðum, svo ég segist vera með höfuðverk, þótt það séu ekki orðin yfir það, ég ætli að leggja mig, sé sennilega að fá pest. Erlingur verði að sjá um eldamennskuna sjálfur, ef hún eigi að vera einhver. Hann þegir, dálítið þvermóðskulegur til munnsins.

Það einkennilega er að ég sofna um leið og ég legg höfuðið á koddann. Mig dreymir Hans á boxaranærbuxum að blása hjartalaga sápukúlur, ég er sjálf allsber og hlæ að tiltækinu, og mig dreymir okkur í leik við höfrunga á Kyrrahafsströnd um jólaleytið. Við látum ölduna taka okkur á leiðinni út og klifrum á bak hraðskreiðum höfrungi með þrjá til reiðar. Hann færir okkur frá landi, og þegar lengra dregur er hvergi neitt, hvorki sól né ský, hvorki bátur né sker, engin alda, aðeins eitt stórt rennislétt haf, einn höfrungur, og við tvö á baki hans.

Ég vakna við símann og er á undan Erlingi að grípa hann. Það er Halla og drafar: Hann elskar mig eina og getur ekki að því gert. Þú verður að búa við það. Það breytist ekki þó ég deyi og það sé búið að taka úr mér legið.

Hún leggur á. Erlingur kemur í gættina og spyr hver þetta sé. Ég segi: Halla í ham.

Hann lítur ásakandi á mig, eins og það sé ég sem er að delera, fer strax fram og hringir til hennar. Ég ætla að hrópa: Þú getur talað við hana hérna inni, mér er sama hvað þið segið, en ég nenni ekki að opna munninn.

Ég sofna fljótlega eftir að Erlingur fer í símann. Hann vekur mig löngu seinna að mér finnst og segist verða að fara til hennar. Hún ætli að stytta sér aldur.

Stíga skrefið til fulls já, segi ég og sný mér til veggjar.

Nú dreymir mig bjálkakofann á Kjalarnesi, um hásumar. Hann er á sama stað og í veruleikanum en berangursbrekkan er orðin að blómabreiðu úr Sound of Music. Hans Örlygsson og ég búum þarna rausnarbúi með kaffivél, sjónvarpi og edelweiss. Draumurinn er litaður eins og ljósmynd frá 1950 og ég horfi á drauminn, er í honum þó, á efnismiklum sundbol. Við Hans kyssumst á klöppinni við sjóinn og horfum til Reykjavíkur, það er skyggni ágætt í steikjandi sól.

Við erum feimin og þó ekki, snertumst undurlétt og brosum eins og litlar frænkur sem eru nýbúnar að missa fyrstu framtönn.

Þegar ég vakna finnst mér óréttlátt að við fáum ekki að vera saman nema í draumi. Ég fer á fætur úr mannauðu rúmi og rannsaka hið dimma dimma haf undir ljósum kvöldhimni. Það hefur stytt upp og hreyfir varla vind og reynitréð drúpir rennblautt í friði.

Ég er fegin að Erlingur er ekki heima, læt renna í bað og horfi á mig í stóra speglinum. Í þessari birtu að minnsta kosti er líkaminn hvítur og glitrandi að sjá, brúnar geirvörtur á brjóstum sem eru eins og litlir hnullungar, brattur rass. Svona er þessi líkami sem Hans girnist og hlýtur að hafa girnst frá upphafi, úr því hann bankaði svona mikið upp á heima og heiman.

Ég fer í rjúkandi furunálabað og fæ mér örlítinn dreitil af extraspesíal koníakinu hans Erlings, úr sömu flösku og fyrsta kvöldið sem ég fór með honum heim. Hún hefur ekki verið hreyfð síðan. Stóra koníaksglasið hvílir fyrst á baðkarsbrúninni. Svo finn ég upp á að stinga því hálfu ofan í baðvatnið til þess að hita lögginа.

Ég er fegin að mega vera ein heima. Ein heima í draugahúsi þar sem draugagreinar slást við glugga og sambýlismórar elska draugfullar skottur úti í bæ.

Síminn hringir og mér tekst að fiska tólið til mín, því ég hef skilið símann eftir við dyrnar.

Þetta er Hans, kannski búinn að fá sér einn lítinn, og þakkar fyrir síðast eins og við höfum verið í sautjándajúnískrúðgöngu í dag með blöðrur og fána en ekki föl af harmi að deyja úr ást í meinum.

Ég hlæ og þakka sömuleiðis fyrir síðast og geri skvamp með lausu hendinni.

Ertu í baði?

Já.

Ég kem eins og skot.

Láttu það ógert.

Þú ert ein heima.

Ég verð það ekki lengi.

Þú ert í baði. Ég verð að koma.

Komdu ekki.

Ég bæti við: Ástin mín.

Það hef ég aldrei sagt áður, ekki við hann, og hann endurtekur, í annarri tóntegund: Ástin mín.

Og núna loksins veit ég fyrir víst, eftir það sem hann sagði mér í dag, í bjálkakofa sem getur varla verið til, uppi á Kjalarnesi, að það er alveg hreina satt, ég er ástin hans, og hann getur ekki að því gert, ég er ástin hans kalda, svo köld og fín að hún verður uppi eins lengi og jökullinn stendur.

Hann skellir á og ég veit að hann er lagður af stað til mín ekki seinna en núna. Fyrst ætla ég að liggja áfram og bíða þess sem verða vill, meðan ég klára volgan koníaksdreitilinn og smjatta rækilega.

Skyndilega tek ég á mig rögg, þeytist upp úr baðinu og hristi af mér vatn og froðu. Nú dugar ekkert minna en mikill flótti, ég veit að himinn og jörð farast ef hann nær mér núna. Og hvað stoðar það okkur að lifa ef himinn og jörð farast?

Bíllyklarnir hans Erlings hanga á snaga í kústaskáp. Það er langt síðan hann sagði mér að ég mætti nota Benzinn eins og ég vildi, en þetta verður í annað skipti sem ég keyri hann, og vafasamt að tilboðið hafi náð yfir ökuferðina sem er í vændum. Ég skrifa miða í hasti svo björgunarsveitirnar verði ekki sendar á mig: Skrapp í bústað. Ekki undrast um mig.

Glannaleg kvöldsól stingur í augu á tröppunum og slær furðuljóma á óslegið gras og svarfjólubláu túlípanana sem Erlingur setti niður í haust, nánar tiltekið daginn áður en það snjóaði fyrst, daginn áður en við hittumst í laugunum. Illvígt fress, kolbikasvart, skýst glansandi milli þessara skuggalegu blóma og hverfur niður stíginn sem liggur að hinum dökka stillta sjó. Það er ekki orðið mjög áliðið föstudagskvölds, samt sést enginn maður í óvæntri veðurblíðunni, utan einn í næsta garði. Hann stendur við rjúkandi gasgrill, reikull í spori, á háum stígvélum. Kannski síðustu gestirnir séu farnir, áður en eldamennsku lýkur.

Ég tek óvart af stað með þvílíku trukki að maðurinn við grillið lítur forviða upp og stígur tvö skref í áttina til mín, með glóandi tengur á lofti. Ég veifa honum og brenni fyrir horn. Þar stekkur úlfgrár loðköttur í veg fyrir Benzinn, ofan af húddi á skjannahvítum jeppa sem minnir á sjúkrabíl. Kvikindið skýtur upp kryppu þegar það kemst óhult á gangstétt og hvæsir svo í áttina að Benzinum og mér.

Ég staldra við á gatnamótum Ægisíðu og Fornhaga, opna bílgluggann og ek svo í vesturátt. Mér heyrist ég heyra vélarhljóðið í sportbíl Hans Örlygssonar, og sýnist ég sjá glitta í heiðblátt lakkið í grennd við húsið mitt. Ég þori ekki að keyra Hofsvallagötuna, ef hann skyldi sjá Benzinn, heldur tek ég krók vestur á Seltjarnarnes, áður en ég held í austur og út úr bænum.

Það er engu líkara en blíðan sem færðist yfir eftir slagviðrið þetta vorkvöld hafi vaggað borginni í svefn, og fólkinu í borginni. Öllum nema mér, sem fæ ekki að sofna nærri strax, dæmd til að keyra Vesturlandsveg í áttina norður.

Miðbærinn ætti að vera troðinn af fólki samkvæmt lögmálum skemmtanalífsins en það eru fáir á ferli. Viðskiptavinur er aðeins einn á Bæjarins bestu, utangarðsmaður blóðstokkinn á enni, með beyglaða pulsu.

Ég hef samviskubit af því að láta Hans grípa í tómt þegar hann kemur á Kvisthaga. Hann heldur sjálfsagt að ég sé heima, en opni ekki. Ég sé hann fyrir mér að skríða inn um gluggann á Gyðuherbergi í kjallaranum. Kannski væri hann á þessu augnabliki einn á róli á Kvisthaga, innan um dótið mitt og Erlings. Kannski kæmi Erlingur heim og hringdi á lögreglu. Það gat líka verið að

Hans, sem er svo skrafhreifinn og opinn að því er virðist, hefði slegið sér saman við grillmanninn í garðinum þegar hann hitti mig ekki fyrir; að þeir sætu nú og ætu í næsta garði, með biksvart fress eða úlfgrátt sér til fulltingis, eftir að allir gestir væru farnir heim úr miðri veislu.

Að hafa misst það sem er kærast, án þess að hafa nokkurn tímann eignast það. Það hafði komið fyrir mig, og ég átti að lifa við það, ef ég ætlaði að lifa. Þetta er ég að hugsa í Hvalfjarðarmynni, undir júníhimni sem verður æ heiðari eftir því sem fjær dregur borginni. Sólin er enn undurhátt á lofti, yfir harðneskjulegum fjöllum sem mýkjast í kvöldmóðunni, og áfram bætir í bláa litinn sem er hvergi til nema á íslenskum himni snemma sumars og ætti að heita Íslandsblátt.

Engir menn eru á ferð, en því fleiri skepnur á ýmsu róli, út um tún sem mynda skærgræna ábreiðu fyrir nýja fætur á jörðinni – lömb í spastískum gír og folöld með himneskan gang.

Mér finnst eins og þessi sjálfskipti bíll renni fjarstýrður áfram á auðum vegi milli fjalls og fjöru, á hæðóttum vegi, og bugðóttum. Ekkert truflar, ekki einu sinni sólin sem skín í augun á mér. Ég er heldur ekki í þessari ferð, ég er í ferðinni sem Hans Örlygsson fór frá mér, einn síns liðs, fyrir tveimur árum upp á dag, eftir sama vegi, í alveg eins kvöldsól. Ég man mjög vel eftir þeirri sól eins og hún skein við mér á Rauðarárstíg, og nú sagði hann mér í dag að kvöldið hans og nóttin í bílnum hefði líka verið ofurbjart, eins og ég hafði alltaf ímyndað mér.

Ég er fegin að hafa loksins fengið að vita hvað kom fyrir hann. Núna loksins veit ég fyrir víst að á þessum vegi var hann að rifja allt upp sem okkur fór á milli, og það gerðist þá fyrst þegar hann rifjaði það upp. Ég veit að hann var glaður undir stýri, mjög glaður yfir því að morgunn og einn dagur hafði komið í okkar hlut. Ég veit að hann var glaðari einn á leiðinni en hann hefði verið ef ég hefði farið með, en ég veit líka að saga okkar hefði orðið önnur ef ég hefði farið. Ef ég hefði gert það sæti ég enn við hliðina á honum í bláum sportbíl og hefði lagt höndina laust um hálsinn á honum. Í staðinn fæ ég að dúsa ein í hvítum Benz sem ég á ekki sjálf og rifja upp það sem Hans Örlygsson og ég létum ógert fyrir nokkrum klukkutímum, allt sem við yrðum að láta ógert, að minnsta kosti í þessu lífi.

Ég legg bílnum við Hreðavatnsskála og geng spölinn niður að Norðurá, þar sem þú áðir á langri leið frá mér, í ójarðneskri birtu á nýju sumri. Það heyrist dynjandi harmóníkumúsík úr skálanum, Í Hallormsta-haðaskógi er a-hangan e-hengu lík, en enginn maður sést, ekkert kvikt, annað en söngfuglarnir. Sumir draga björg í bú og aðrir halla sér á birkigreinum sem bera hrukkótt vorlauf, ljósgræn og slímug, miljón fóstur á trjánum. Hitinn er lyginni líkur, þótt það sé komið fram yfir miðnætti. Ég fer úr peysunni til að gá hvort það sé svona heitt í alvöru, og sest svo á stein hjá ánni og hlusta.

Tvær vaskar lóur syngja sína dýrð og áin sem heitir Norðurá þótt hún renni í suður, steypist fram eins og hún gerði fyrir Hans eitt sumarkvöld á leiðinni og ég veit að ég hef hitt á staðinn þar sem hann sat og borðaði nestið.

Ég hugsa til þess þegar við hittumst fyrst og ég var í þeirri ótrúlegu aðstöðu að eiga heima í kastala og tveir páfuglar voru förunautar mínir. Þetta var kastalinn þar sem Hans bankaði á dyr í leyfisleysi og ég hleypti honum ekki inn, en gægðist í staðinn út um gluggann á eftir honum.

Önnur lóan kemur til mín, miklu nær en lóur eru vanar og þenur brjóst eins og hún ætli að springa á dí-inu. Sama lóa söng fyrir þig á þessum bletti um þetta leyti sólarhrings í algjörri heiðríkju að loknum fyrsta fundi okkar og ég þakka farfuglinum trygga fyrir að bera mér kveðju frá þeim tíma á því ári.

Ég skil þegar ég hlusta betur að það er ekki sjálfgefið að sú sem sendir hinn elskaða einan norður uppskeri eilífan aðskilnað, þótt það sé mín saga. Ég skil núna að sú sem sendir mann einan norður gæti allt eins grætt á því langa samfylgd hans. Enginn veit hins vegar á hverju útkoman veltur, nema það væri á því hvaða lag fuglinn syngur þegar maðurinn er sestur á stein við Norðurá.